ஹியூகோ சாவேஸ்

ஹியூகோ சாவேஸ்

மோதிப் பார்!

மருதன்

ஹியூகோ சாவேஸ்: மோதிப் பார்!
Hugo Chavez: Mothi Paar!
by Marudhan ©

First Edition: December 2006
108 Pages
Printed at Repro Knowledgecast Limited, Thane.

ISBN 978-81-8368-229-9

Kizhakku - 182

Kizhakku Pathippagam
177/103, First Floor,
Ambal's Building, Lloyds Road
Royapettah, Chennai 600 014.
Ph: +91-44-4200-9601

Email : support@nhm.in
Website : www.nhm.in

Author's Email : marudhan@gmail.com

Cover Photograph Courtesy: Department of Defense, USA.

Kizhakku Pathippagam is an imprint of New Horizon Media Private Limited.

உள்ளே

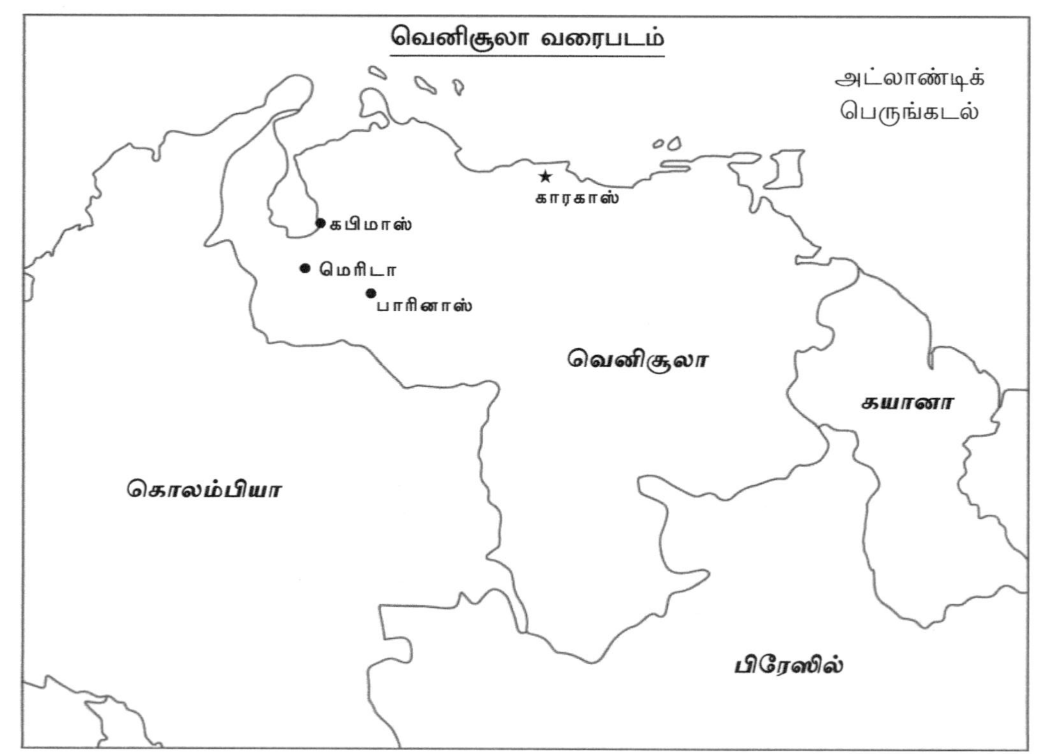

வெனிசூலா வரைபடம்
அட்லாண்டிக் பெருங்கடல்
காரகாஸ்
கபிமாஸ்
மெரிடா
பாரினாஸ்
வெனிசூலா
கயானா
கொலம்பியா
பிரேஸில்
N

1, 'புஷ் ஒரு சாத்தான்!'

செப்டம்பர் 20, 2006.

சபை நிரம்பியிருந்தது. உரை நிகழ்த்த வேண்டிய வெனிசுலா அதிபர் ஹியூகோ சாவேஸ், தன்னுடன் ஒரு மருத்துவரையும் ஒரு பாதுகாப்பு அதிகாரியையும் வெனிசுலாவிலிருந்து அழைத்து வந்திருந்தார். ஆனால் அமெரிக்க அரசாங்கம், அவர்களைப் பார்வையாளர்களாகக்கூட ஏற்றுக் கொள்ளவில்லை. சாவேஸ் மட்டும் சபைக்கு வந்தால் போதும்; அவர்கள் யாரும் தேவையில்லை என்று சொல்லிவிட்டார்கள். இருவரையும் கையோடு பிடித்துக்கொண்டு சென்று விமானத்தில் அடைத்து வைத்துவிட்டார்கள்.

அவருக்கு அந்தக் கோபம் இருந்தது. அதை வெறுப்பு என்றும் சொல்ல லாம். அடக்கிக்கொண்டு சாவேஸ், மேடையில் சபைக்கு வந்தார். மேடை ஏறியதும் சபையினரை ஒருமுறை உற்றுப் பார்த்தார். கையில் ஒரு புத்தகம். தொண்டையைச் செருமிக்கொண்டு பேசத் தொடங்கினார்:

'உலக நாடுகளை ஆளும் அரசாங்கத்தின் பிரதிநிதிகளே! எல்லோ ருக்கும் என் வாழ்த்தும் வணக்கமும்!'

மிகவும் அடக்கமாகத்தான் உரையைத் தொடங்கினார். கையோடு கொண்டு வந்திருந்த ஒரு புத்தகத்தை சபையினருக்கு உயர்த்திக் காட்டினார்.

'இதுவரை நீங்கள் யாரும் வாசித்திராத இந்தப் புதிய புத்தகத்தை அவசியம் வாசிக்க வேண்டும் என்று அன்புடன் கேட்டுக்கொள்கிறேன். அமெரிக்கா மற்றும் உலகம் முழுவதும் உள்ள அனைவரும் மிகுந்த மரியாதையுடம் போற்றும் ஓர் அறிவுஜீவி, நோம் சாம்ஸ்கி (Noam Chomsky). இவர் சமீபத்தில் எழுதி வெளியிட்டுள்ள புத்தகம் இது. பெயர் Hegemony of Survival : The Imperialist Strategy of the United States.

இருபதாம் நூற்றாண்டில் உலகம் முழுவதும் என்னென்ன நிகழ்ந்தன, இப்போது என்ன நிகழ்ந்து கொண்டிருக்கிறது, நாம் வாழும் இந்தப் பூமி எதிர்கொண்டுள்ள பெரும் அபாயங்கள், ஆபத்துகள் என்னென்ன போன்ற அத்தனை விஷயங்களையும் விரிவாக விளங்கிக்கொள்ள இந்நூல் உதவும்.'

ஐ.நா. சபையின் உறுப்பினர்கள் சாவேஸை, உன்னிப்புடன் கவனித்துக் கொண்டிருந்தனர். நோம் சாம்ஸ்கியின் பெயரை சாவேஸ் உச்சரித்ததில், அவர்களுக்கு வியப்பில்லை. காரணம் - சாம்ஸ்கியும் அமெரிக்க எதிர்ப்பாளர். குறிப்பாக, புஷ் எதிர்ப்பாளர்.

சாவேஸ் தனது வழக்கமான தொனிக்கு மாறினார். அவரது முகம் இறுகியது.

'அந்தச் சாத்தான் இதே இடத்துக்கு நேற்று வந்திருந்தது. இதோ! இந்த இடத்தில் (மேடையைச் சுட்டிக் காட்டுகிறார்)! இங்கேதான் நின்று பேசிக்கொண்டிருந்தது. அது வந்து சென்றதன் அடையாளமாக, துர்நாற்றம் இன்னமும் இங்கே அடித்துக்கொண்டு இருக்கிறது.'

சாவேஸின் உரையை நேரடியாகப் பதிவு செய்துகொண்டிருந்த டிவி காமிராக்கள் ஒரு நிமிடம் அதிர்ந்துவிட்டன. என்ன செய்வது? மேற்கொண்டு பதிவு செய்யலாமா வேண்டாமா? கூடியிருந்த உலக நாடுகளின் தலைவர்களுக்கு, பேச்சு மூச்சு இல்லை. அதிர்ச்சி என்றால் பேரதிர்ச்சி. இப்படியும் ஒரு மனிதர் பேசுவாரா? எத்தனை நெஞ்சுரம், துணிச்சல், தீவிரம்!

சாவேஸ் குறிப்பிட்ட அந்தச் சாத்தானின் பெயர் ஜார்ஜ் புஷ். இடம் - ஐக்கிய நாடுகள் சபை, அமெரிக்கா.

மறுநாள், ஹார்லெம் தேவாலயத்துக்குச் சென்றிருந்தார் சாவேஸ். அப்போதும் புஷ் பற்றிய பேச்சு வந்தது. கடுப்பாகிப்போன சாவேஸ், புஷ்ஷை ஒரு 'மொடாக் குடிகாரன்' என்றும், 'நோயாளி' என்றும் வருணித்தார். அருகிலிருந்தவர்களுக்கு அதிர்ச்சி.

சாவேஸ், புஷ்ஷுக்கு வேறு சில செல்லப் பெயர்களையும் வைத்திருக்கிறார். மிஸ்டர் டேஞ்சர், கழுதை, தீய சக்தி.

●

சாவேஸ் ஓர் அமெரிக்க எதிர்ப்பாளர்.

9/11 சம்பவத்துக்கு, ஒசாமாவோ அல் காயிதாவோ காரணமல்ல; தலைவர் புஷ்தான் காரணம் என்று பகிரங்கமாக அமெரிக்க் காங்கிரஸுக்கு, கைப்படக் கடிதம் எழுதி அனுப்பியிருக்கிறார். மேலும்,

ஒசாமா குடும்பத்துக்கும் புஷ் குடும்பத்துக்கும் உள்ள பல ஒற்றுமை களைப் பட்டியலிட்டு அனுப்பியிருக்கிறார்.

புஷ்ஷுடைய கிரிமினல் ரெக்கார்ட்ஸை கவனமாக ஆராயவேண்டும்; 9/11 தாக்குதலின் சூத்திரதாரி அவர்தான் என்று பல சமயங்களில் பல மேடைகளில் சத்தம் போட்டுப் பேசியிருக்கிறார். ஹிட்லர் எவ்வளவோ பரவாயில்லை என்று சொல்லியிருக்கிறார்.

இராக்கில், அமெரிக்கா நடத்தி வரும் அராஜகத்தை எதிர்த்து குரல் கொடுத்தார். ஆக்கிரமிப்பின்போது கொல்லப்பட்ட ஒரு குழந்தையின் புகைப்படத்தை கையில் பிடித்துக்கொண்டு, 'இந்தக் குழந்தைக்கும் போருக்கும் என்ன சம்பந்தம்?' என்று உரக்கக் கேட்டார்.

2006 செனட் தேர்தலில் புஷ் கட்சியினர் அடைந்த தோல்வியைக் கண்டு குதூகலித்திருக்கிறார். 'அமெரிக்கர்கள் நல்லவர்கள். புஷ்ஷை, சாட்டையால் விளாசித் தள்ளியிருக்கிறார்கள்.'

எண்ணெய். இந்த ஒற்றை வார்த்தையை வைத்துக்கொண்டு, புஷ்ஷைச் சுழற்றி சுழற்றி அடித்துக்கொண்டிருக்கிறார் சாவேஸ்.

அமெரிக்காவின் முக்கிய எதிரியான ஃபிடல் காஸ்ட்ரோவைத் தனது ஆதர்சமாகக் கொண்டாடிக் கொண்டிருக்கிறார். 'ஃபிடல்! நீங்கள் எங்களுக்கு அத்தியாவசியமானவர். நீங்கள் இல்லாமல் எங்களால் இருக்க முடியாது. நீங்கள் எங்களுடைய தந்தை, எங்களுடைய தோழன், எங்களுடைய சகோதரன்.'

இரண்டு நாள்களுக்கு ஒரு முறை ஏதாவது ஒரு கிடுகிடு அறிவிப்பை வெளியிடுவதை தனது வழக்கமாக வைத்திருக்கிறார் அவர். சமீபத்திய அறிவிப்பு ஒன்று இதோ. 'ஐ.நா.வை பேசாமல் ஜெருசலேமுக்கோ அல்லது வேறு ஒரு வளரும் நாட்டுக்கோ மாற்றிவிடலாமே!'

●

அர்ஜென்டைனா, பிரேசில் என்று தென் அமெரிக்க நாடுகள் ஒன்றன்பின் ஒன்றாக சாவேஸுக்குப் பின்னால் அணி திரள ஆரம்பித்து விட்டன. வெனிசூலாவின் தலைவர் என்பதைத் தாண்டி, லத்தீன் அமெரிக்காவின் தலைவராக அவர் வளரத் தொடங்கியிருப்பதையே இந்தச் சம்பவங்கள் உறுதிபடுத்துகின்றன.

அமெரிக்கா புலம்பத் தொடங்கியது.

வழக்கமாக, காஸ்ட்ரோதான் இப்படியெல்லாம் செய்வார். தானுந்து, க்யூபா உண்டு என்று அடங்கிக் கிடக்கும் வழக்கமே இல்லை அவரிடம். காங்கோவுக்குப் படைகளை அனுப்புவார். வெனிசூலாவுக்கு

மருத்துவர்களை அனுப்புவார். உலகத்தின் எந்த மூலையில் இயற்கைச் சீற்றங்கள் நிகழ்ந்தாலும், சீரமைப்புப் பணிபுரிய சீருடை அணிந்த க்யூபர்கள் முன்னால் வந்து நிற்பார்கள்.

இப்போது என்னடாவென்றால், சாவேஸும் காஸ்ட்ரோவைப் போலவே பல வேண்டாத விஷயங்களைத் தன் தலையில் இழுத்துப் போட்டுக்கொண்டு செய்து கொண்டிருக்கிறார். போதாக்குறைக்கு, காஸ்ட்ரோவும் சாவேஸும் அடிக்கடி கூடி குசுகுசுவென்று பேசிக்கொள் கிறார்கள். நினைத்தால் வண்டி பிடித்து க்யூபாவுக்குப் போய்விடுகிறார் சாவேஸ். என்னென்ன சதித் திட்டங்களை தீட்டுகிறார்களோ தெரிய வில்லை.

சுமார் ஆறு ஆண்டுகளாக, இவர்கள் இருவரையும் கவனித்துக் கொண்டுதான் இருக்கிறது அமெரிக்கா. ஒருமுறை, வெனிசுலா ரேடியோ நிகழ்ச்சி ஒன்றில் சாவேஸும் காஸ்ட்ரோவும் சேர்ந்து டூயட் பாடினார்கள். பாடலின் முதல் வரியை காஸ்ட்ரோ பாட, அதை சாவேஸ் முடித்து வைக்க, மீண்டும் உற்சாகத்துடன் காஸ்ட்ரோ இன்னொரு அடியைத் தொடங்க - சகிக்க முடியவில்லை அமெரிக்கர்களால்!

பேச மட்டுமா செய்கிறார்கள்? பேஸ்பால் விளையாடுகிறார்கள். சாவேஸ் ஓடி வந்து பந்து வீச, அதை லாகவமாக காஸ்ட்ரோ மட்டையால் தடுக்க, ஒரே சிரிப்புதான், கொண்டாட்டம்தான்!

உச்சகட்டமாக, ஒருமுறை சாவேஸைக் கட்டிப்பிடித்து உச்சி முகர்ந் திருக்கிறார் காஸ்ட்ரோ. அப்போது அவர் என்ன சொன்னார் தெரியுமா? 'எனக்கு உங்கள் மீது நம்பிக்கை இருக்கிறது. இப்போதைக்கு உங்களை விட்டால், வெனிசுலாவுக்கு வேறு ஒரு நல்ல தலைவர் கிடைக்க மாட்டார்கள்.'

சேரக்கூடாத இந்தக் கூட்டணியால் இன்னமும் என்னென்ன தொல்லை களைச் சந்திக்க வேண்டியிருக்குமோ!

'பேசாமல் சாவேஸைக் கொன்று விடலாம். அவர் உயிருடன் இருப்பதால்தானே இத்தனை பிரச்னை!' இப்படித் திருவாய் மலர்ந் திருப்பவர் ரிவரெண்ட் பாட் ராபர்ட்ஸன். அன்பே கடவுள் என்று போதிக்கவேண்டிய அமெரிக்கப் பாதிரியார். பகிரங்கமாகவே இப்படிப் பேசியிருக்கிறார். இன்றைய தேதி வரை புஷ் அரசாங்கம், இவரை ஒன்றும் செய்யாமல் விட்டு வைத்திருப்பதாகத்தான் உலகத்துக்குத் தெரிகிறது.

ஆனால் பின்னணியில், சாவேஸைக் கொல்வதற்கான பணிகள் சுறுசுறுப்புடன் நடந்துகொண்டிருக்கின்றன.

2. ஓலை வீட்டிலிருந்து உலகத்துக்கு

சாவேஸ் பிறந்தது ஜூலை 28, 1954-ல். வெனிசூலாவில் பாரினாஸ் (Barinas) மாகாணத்தில் உள்ள சபனேட்டா (Sabaneta) இவருடைய சொந்த ஊர். ஆந்திய மலைத்தொடரை ஒட்டினாற்போல் அமைந்துள்ள ரம்மியமான பிரதேசம். அப்பா ஹியூகோ த லா ரேய்ஸ் சாவேஸ் (Hugo de los Reyes Chavez); அம்மா எலினா ஃப்ரயாஸ் (Elena Frias de Chavez). இருவருமே பள்ளி ஆசிரியர்கள். சாவேஸுக்கு ஒரு மூத்த சகோதரன் உண்டு. பெயர் ஆடன் (Adan). அவர்கள் பரம்பரையிலேயே சிறிய பெயர் கொண்ட ஒரே நபர்.

மிகவும் சிறிய வீடு அவர்களுடையது. பனை ஓலைகளைக் கொண்டு கூரை வேய்ந்திருப்பார்கள். கீழே தரை போட வசதியில்லை என்பதால், அப்படியே மெழுகாமல் விட்டுவிட்டார்கள். மேடு பள்ளமாக இருக்கும். பெருக்கித் துடைக்க முடியாது. குப்பையாக இருக்கும். இவர்கள் வீடு மட்டும்தான் இப்படி என்று சொல்ல முடியாது. அந்தக் கிராமம் முழுக்க கிட்டத்தட்ட இதே நிலைமைதான். அந்த வகையில் சபனேட்டா ஒரு சஹாரா.

கூரை மாற்றவேண்டும், தரை போட வேண்டும், குழந்தைகளைப் பள்ளிக்கூடத்தில் சேர்க்கவேண்டும் - வாங்கும் சம்பளம் போதவே போதாது. சம்பளம்தான் இல்லை. நாலு பிள்ளைகளுக்குப் பாடம் சொல்லிக் கொடுக்கிறோம் என்ற மனநிறைவாவது இருக்கிறதா என்றால் அதுவும் கிடையாது. ஊரில் நூறு குழந்தைகள் இருந்தால், அவர்களில் ஒரு குழந்தைதான் பள்ளிக்கூடத்துக்கு வரும். சில சமயம் - ஒரு வகுப்பில் பத்து, பதினைந்து குழந்தைகள்தான் மொத்தமே இருப்பார்கள். அவர்களும் எத்தனை நாளைக்கு ஒழுங்காக வருவார்கள் என்று ஒருவருக்கும் தெரியாது. இந்த லட்சணத்தில், ஆசிரியர் தொழில் பார்த்து சம்பாதிக்க முடியுமா?

எலினாவுக்கு ஓர் ஆசை. சாவேஸை எப்படியாவது ஒரு கத்தோலிக்கப் பாதிரியாராக ஆக்கவேண்டும்.

'என்ன சாவேஸ், என் ஆசையை நிறைவேற்றுவாயா?'

'நிச்சயமாக!'

மிக நன்றாகத் தலையாட்டி வைத்தான் சாவேஸ்.

சாவேஸின் கையைப் பிடித்து இழுத்துச் சென்று ஒரு பாதிரியாரிடம் அஸிஸ்டெண்டாக சேர்த்துவிட்டார்கள். சேர்ந்த மறுநாளே, வேலை யைத் தொடங்கிவிட்டான். நிறைய மெழுகுவர்த்திகள் ஏற்றினான். அலமாரிகளைச் சுத்தம் செய்தான். பைபிள் வாசித்தான். எல்லோரும் பாடும்போது கூடச் சேர்ந்து பாடினான். அவனுக்கு அளிக்கப்பட்ட முக்கியப் பணி, இயேசுநாதரின் திருவுருவச் சிலையைப் பளபள வென்று துடைப்பது.

இறை ஊழியத்திலேயே ஒரு வருஷம் ஓடிவிட்டது. பிறகு நின்றுவிட்டான். பிடிக்கவில்லை.

'அப்படியானால், இனி நீ பாதிரியாராக மாட்டாயா?' என்றார் எலினா. அவருடைய கவலை அவருக்கு.

'நிச்சயம் மாட்டேன்!' என்றான் சாவேஸ்.

எலினாவுக்கு ஏமாற்றம்தான். ஆனால் என்ன செய்வது? விருப்பம் இல்லாதபோது கட்டாயப்படுத்த முடியுமா? விட்டுவிட்டார்கள்.

சரி, அடுத்து என்ன செய்வது?

எலினாவும் அவரது கணவரும் உட்கார்ந்து யோசித்துப் பார்த்தார்கள். நாம்தான் இப்படி ஆகிவிட்டோம். நம் குழந்தைகளாவது நன்றாகப் படித்து நாலு காசு சம்பாதிக்கட்டும் என்ற ஆசை இருவரிடமும் இருந்தது. அந்தக் குக்கிராமத்தில் தங்கிக்கொண்டு படிக்க முடியாது என்பதால், இருவரையும் அவர்களது பாட்டி வீட்டுக்கு அனுப்பி வைக்க முடிவு செய்தனர்.

●

ஜூலியன் பினோ பள்ளியில் சேர்ந்து, தனது படிப்பைத் தொடங்கினார் சாவேஸ். பள்ளி முடித்து வீடு திரும்பியதும், பாட்டியிடம்தான் ஓடுவார். 'பாட்டி, கதை சொல்லுங்க!' பாட்டி அவனை உட்கார வைத்து, சளைக்காமல் நிறைய கதைகளைச் சொல்வார். எல்லாமே வீர தீரக் கதைகளாக இருக்கும். குறிப்பாக, சாகசக்காரத் தாத்தாவைப் பற்றி பெருமையுடன் பேசிக்கொண்டிருப்பார்.

'மாளிகை மாதிரி பெரிய வீடு. அதுல ராஜா மாதிரி இருந்தாரு உங்க தாத்தா. உதவின்னு யாரு கேட்டாலும் கை நிறைய அள்ளித் தருவாரு.'

கண்களை விரித்து ஆச்சரியத்துடன் கேட்பான் சாவேஸ்.

'ரொம்பப் பெரிய வீரர். அவருக்கு நிறைய எதிரிகள் இருந்தாங்க. எல்லாருக்கும் அவரைக் கண்டால் பயம். அத்தனை பெரிய மனுஷர்.'

'பாட்டி, தாத்தாவுக்கு நிஜமாவே சண்டை எல்லாம் போடத் தெரியுமா?'

'என்ன இப்படிக் கேட்டுட்டே! எங்க எல்லாருக்கும் அப்போ அவர்தான் சூப்பர் ஹீரோ.'

'அப்ப கொலை எல்லாம் செய்வாரா?'

பாட்டி மௌனமாகத் தலையசைத்தார்.

சாவேஸ்க்குக் குழப்பமாக இருந்தது. ஒரு கொலைகாரரா என் தாத்தா? அவரையா பாட்டி இப்படித் தலையில் தூக்கி வைத்துக் கொண்டாடு கிறார்? எத்தனை வீரத்துடன் இருந்து என்ன பயன்? அத்தனை சொத்துக்கள் சேர்த்து என்ன பயன்? கொலை செய்வது தவறு அல்லவா?

பெட்ரோ பெரஸ் டெல்கடோ (Pedro Perez Delgado). தாத்தாவின் பெயர் இதுதான். இப்படிச் சொன்னால் வெனிசுலாவாசிகளுக்கே புரியாது. மைசான்டா (Maisanta) என்றால்தான் தெரியும். சாவேஸின் கொள்ளுத் தாத்தா. வாழ்நாள் முழுவதும் கலகக்காரராகவே இருந்தவர். பரவலாக மதிக்கப்பட்டவர். அதனாலேயே அரசாங்கத்தால் வெறுக்கப்பட்டவர்.

மைசான்டாவுக்கு ஓர் அக்கா உண்டு. ஒரு சமயம், ஒரு ராணுவ கர்னல், மைசான்டாவின் அக்காவை பலவந்தப்படுத்தி அவருக்கு ஒரு குழந்தை யையும் கொடுத்துவிட்டு ஓடிவிட்டான். நியாயம் கேட்கப் போன போது அவளை யாரென்றே தெரியாது என்று கையை விரித்து விட்டான். மைசான்டா, அந்தக் கர்னலைத் தேடிப் பிடித்துக் கொன்றார். அப்போது அவருடைய வயது பதினான்கு மட்டுமே!

அதற்குப் பிறகு, சண்டை, மோதல், வெட்டுக் குத்துதான். எங்கே எப்போது தவறு நடந்தாலும் அந்த இடத்தில் ஆஜராகிவிடுவார். 1908 முதல் 1935 வரை வெனிசுலாவை, தன் இஷ்டத்துக்கு ஆட்டிப் படைத்துக்கொண்டிருந்த ஜுவான் விசென்டே கோமெஸ் (Juan Vicente Gomez) என்பவருக்கு எதிராக, போராட்டத்தில் குதித்தார் மைசான்டா.

1922-ல் இவரைக் கைது செய்தார்கள். 'மைசான்டாவை ஒன்றும் செய்துவிடாதீர்கள், நான் அவரை ஒரு முறை பார்க்கவேண்டும்!' என்று

செொல்லி சிறைச்சாலைக்கு வந்து அவரைப் பார்த்து அதிசயித்தார் கோமெஸ். சிறைத் தண்டனை எல்லாம் கொடுத்து கட்டுப்படி ஆகாது என்று தெரிந்துகொண்டு சாகடித்து விட்டார்கள். அவரது சொத்துகள் பறிமுதல் செய்யப்பட்டன.

எண்பது ஆண்டுகள் கழித்து, சாவேஸ் தனது தாத்தாவின் சொத்துகளை மீட்டெடுத்தது தனிக்கதை. ஆனால் அப்போதைக்கு சாவேஸுக்கு, தனது தாத்தாவின் அசல் பிம்பம் தெரியாது. தாத்தாவின் பெயரைக் கேட்டாலே பயந்து நடுங்குவான். அவனது கனவில் அடிக்கடி தாத்தா வந்து, கத்தி அல்லது துப்பாக்கியை வைத்து யாருடனாவது சண்டை போட்டுக்கொண்டே இருப்பார்.

சாவேஸ் அவனது பாட்டி வீட்டில் வந்து ஒட்டிக்கொண்டு சிறிது காலத் துக்குப் பிறகு, அவனது பெற்றோர், ஓலை வீட்டை காலி செய்து கொண்டு வந்து விட்டார்கள். பாட்டி வீட்டுக்கு நேர் எதிரில்தான் அவர் களுக்கு ஜாகை.

சாவேஸுக்கு அப்போது வயது பன்னிரண்டு. அருகிலுள்ள Daniel Florencio O'Leary என்னும் உயர்நிலைப் பள்ளியில் அவனைச் சேர்த்து விட்டார்கள். போனான், படித்தான். மற்றபடி ஒரே ஆட்டம், பாட்டம் தான். தன் தந்தையுடன் சேர்ந்து நிறைய மீன் பிடித்தான். ஊர் சுற்றினான்.

அண்ணன் ஆடனுடன் அதிகம் பழகும் வாய்ப்பு சாவேஸுக்குக் கிடைக்கவில்லை. இருவரும் சந்தித்துக்கொள்வதே அபூர்வமாகத்தான் இருக்கும். அவன் எங்கே படிக்கிறான், என்ன படிக்கிறான், என்ன செய்கிறான் என எதுவுமே சாவேஸுக்குத் தெரியாது.

சாவேஸுக்கு அப்போது, அரசியலில் ஒரு துளி ஆர்வமும் இல்லை. ஏதோ அரசாங்கம் என்று ஓர் அமைப்பு இருக்கிறது. அதில் யார் யாரோ வேலை செய்கிறார்கள்; என்னென்னவோ செய்கிறார்கள் என்கிற அளவில்தான் அவனது அரசியல் ஞானம் இருந்தது.

மற்றபடி, நன்றாகப் படம் வரைவான். கதை சொல்வான். பாட்டுப் பாடுவதில் அதிக ஆர்வம் இருந்தது. நண்பர்களுடன் விளையாடுவான். எல்லோரும் இணைந்து நன்றாக ஊர் சுற்றுவார்கள். பள்ளி முடித்து வீட்டுக்கு வந்ததும், பாட்டி செய்து கொடுக்கும் இனிப்பு வகைகளைத் தெருவில் நின்றபடி கூவிக்கூவி விற்பான்.

சாத்வீகமாக இருந்து வந்த சாவேஸுக்கு திடீரென்று ஓர் ஆசை. தன் தந்தையிடம் பேசிக்கொண்டிருக்கும்போது, தனது ஆசையை அவன் வெளிப்படுத்தினான்.

'அப்பா, நான் ராணுவப் பள்ளியில் சேரப்போகிறேன்!'

'ஏன்? ராணுவ அதிகாரியாக மாறுவதுதான் உன் லட்சியமா?'

'ஆமாம்!'

'ஒரு வேளை ராணுவப் பள்ளியில் இடம் கிடைக்கவில்லையென்றால்?'

'நிச்சயம் கிடைக்கும்!'

சரி, இப்படியெல்லாம் கிறுக்குத்தனமாகத் தோன்றுவது அந்த வயதுக்கே உரிய தனித்தன்மை என்று அவன் அப்பா நினைத்துக்கொண்டார். ஆனால் சாவேஸ் உறுதியாக இருந்தான். படித்தால் ராணுவப் படிப்புதான் படிக்கவேண்டும் என்று எப்படியோ அவன் மனத்தில் தோன்றிவிட்டது. 'ஒழி' என்று சொல்லி அனுப்பிவிட்டார்கள்.

நண்பர்களுக்கு ஆச்சரியம். உயர்நிலைக் கல்வியை முடித்துவிட்ட பிறகும், ஒருவன் மேற்படிப்புப் படிக்கிறான் என்பதே அவர்களுக்குப் புதிய விஷயம். கூடுதலாக, சாவேஸ் ராணுவப் பள்ளியில் சேர விரும்பியது அவர்களைத் திகைப்படைய வைத்தது.

3. துப்பாக்கியே, உதவுவாயா?

Venezuelan Academy of Military Sciences. லத்தீன் அமெரிக்காவி லேயே மிகவும் பழைமையான ராணுவப் பள்ளி அது. காரகாஸ் (Caracass) பகுதியில் இருக்கிறது.

பெயர்தான் பள்ளியே தவிர, நம்மூர் கல்லூரிபோலதான் இருக்கும். பல்கலைக்கழகப் பாடத்திட்டங்கள் அத்தனையும் இங்கும் உண்டு. பி.ஏ., எம்.ஏ., பட்டங்கள் எல்லாம் கொடுப்பார்கள். ஒரு பக்கம் அரசியல் வகுப்புகள் நடக்கும். மற்றொரு பக்கம், துப்பாக்கி வகுப்பு. காலையில் எழுந்து மூச்சு வாங்க ஓடவேண்டும். டிரில் செய்ய வேண்டும். முட்டியைப் பெயர்த்து எடுத்து விடுவார்கள். மதியம் ஆகிவிட்டால், நல்ல பிள்ளையாக வகுப்பில் அமர்ந்து, பிளேட்டோ, அரிஸ்டாட்டில் படிக்கவேண்டும்.

வரலாறு சொல்லிக் கொடுத்த ஆசிரியர் மிகவும் நல்லவராக இருந்தது சாவேஸின் அதிர்ஷ்டம். வரலாறு மட்டுமல்லாமல் தத்துவத்துக்கும் இவரே ஆசிரியராக இருந்தார். தன்னுடைய மாணவர்களை நிறைய வாசிக்கத் தூண்டினார். புதுப் புது புத்தகங்களை அவர்களுக்கு அறிமுகம் செய்தார்.

சாவேஸ் படித்த பாடங்களிலேயே அவரை அதிகம் கவர்ந்தது அரசியல். குறிப்பாக மாவோ. மூச்சுக்கு முன்னூறு முறை எல்லோரும் 'மாவோ', 'மாவோ' என்று அங்கலாய்க்கிறார்களே! அப்படி அவர் என்னதான் செய்திருக்கிறார் பார்ப்போமே என்ற அலட்சியத்துடன்தான் முதலில் அவர் மாவோவை அணுகினார். சில மேற்கோள்களைப் படித்தார். 'அட நன்றாக இருக்கிறதே, இன்னும் கொஞ்சம் படித்துப் பார்க்கலாம்!' என்று அவரது உரைகளை வாசித்தார். பிறகு புத்தகங்கள். பிறகு கெரில்லா போர்முறை பற்றிய கையேடுகள். பிறகு, அவருடைய அரசியல் சித்தாந்தங்கள்.

வாசிக்க வாசிக்க சில விஷயங்கள் அவருக்குத் தெளிவாகப் புரிந்தன. போர் என்பது துப்பாக்கிகளோ, டேங்குகளோ குண்டு வீசும் பிளேன் களோ அல்ல. போர் என்றால் மனிதர்கள். போரில், மனிதர்கள்தான் முக்கியமே தவிர ஆயுதங்கள் அல்ல. மாவோவை வாசித்ததற்குப் பிறகு, சாவேஸுக்கு ராணுவத்தின் மீது தனி அபிமானம் ஏற்பட்டது.

பால் குடித்த பூனையாக மாறினார் சாவேஸ். புத்தகங்களைத் தேடித் தேடிப் படிக்க ஆரம்பித்தார். சைமன் பொலிவரை அவர் முழுமையாக உள்வாங்கிக் கொள்ளத் தொடங்கியது அப்போதுதான். பொலிவரைப் போல் சாவேஸின் மனத்தில் அத்தனை ஆழமாகப் பதிந்து போனவர் வேறு யாரும் அல்லர்.

●

சைமன் பொலிவரின் (Simon Bolivar) மற்றொரு பெயர் El Libertador (The Liberator). கொலம்பியா, ஈக்குவடார், பெரு, பனாமா என்று தென் அமெரிக்கா முழுமைக்கும் அவர்தான் தேசப்பிதா அல்லது தேசங்களின் பிதா.

ஜூலை 24, 1787-ம் ஆண்டு காரகாஸில் பிறந்தார் பொலிவர். மிகவும் செல்வாக்கான, செழிப்பான குடும்பப் பின்னணி அவருடையது. குழந்தையாக இருந்தபோதே அவரது பெற்றோர் இறந்துவிட்டனர்.

1811-ம் ஆண்டு தனது ஐரோப்பியப் பயணத்தை முடித்துக்கொண்டு வெனிசுலா திரும்பிய பொலிவர், தனது முதல் விடுதலைப் போராட்டத்தை அங்கே ஆரம்பித்தார். இவர் போர்க் கொடி உயர்த்தியது வெனிசுலாவை ஆக்கிரமித்திருந்த ஸ்பெயினுக்கு எதிராக. மே 14, 1813-ம் ஆண்டு ஸ்பெயின் மீது நேரடியாகப் போர் தொடுத்தார். அப்போது பொலிவரின் படையில் இருந்தவர்கள் சில ஆயிரம் வீரர்கள் மட்டுமே. இருந்தாலும் வெற்றி இவருக்குத்தான். ஆகஸ்ட் 6-ம் தேதி காரகாஸ் விடுவிக்கப்பட்டது. வெனிசுலாவின் அதிபராக ஓராண்டு பொறுப்பேற்றுக்கொண்டார் பொலிவர்.

1814-ம் ஆண்டு ஸ்பெயின், பொலிவரை பலவந்தமாக வெளி யேற்றியது. பொலிவர் அசரவில்லை. உக்கிரமாகத் தனது போராட் டத்தைத் தொடர்ந்தார். ஜமைக்கா சென்றார். ஹைத்தியிலிருந்து பல படை வீரர்களைத் திரட்டினார். ஆயுதங்கள் திரட்டினார். 1817-ம் ஆண்டு மீண்டும் வெனிசுலாவுக்குள் நுழைந்து ஸ்பெயினை முறியடித்தார்.

பொலிவரின் அடுத்த இலக்கு கொலம்பியா. அங்கும் ஸ்பானியர் கள்தான் ஆதிக்க சக்தி. மீண்டும் போர். மீண்டும் வெற்றி.

கொலம்பியாவின் அதிபர் பொறுப்பை ஏற்றுக்கொண்டார். 1825-ல் பெருவில் நடந்துகொண்டிருந்த விடுதலைப் போராட்டத்தில் கலந்துகொண்டு வெற்றி பெற்றார். பெருவின் தெற்குப் பகுதியில் ஒரு புதிய குடியரசை ஏற்படுத்தினார். அந்தப் பகுதி, பொலிவரின் பெயரால் பொலிவியா என்று அழைக்கப்பட்டது.

காலனியாதிக்கம் எந்த வடிவத்தில் வந்தாலும் அதை எதிர்த்துப் போராட பொலிவர் தயாராக இருந்தார். அங்கொன்றும் இங் கொன்றுமாகச் சிதறிக்கிடந்த லத்தீன் அமெரிக்க நாடுகளைத் திரட்டி, ஒன்றுபட்ட லத்தீன் அமெரிக்காவை உருவாக்குவதுதான் பொலிவரின் லட்சியம். தனது சொத்துகள் அனைத்தையும் அவர் இதற்காகவே செலவழித்தார். தாராளமயம், உலகமயம் போன்ற காலனியாதிக்கக் கருத்தாக்கங்களை அப்போதே எதிர்த்தவர் பொலிவர்.

●

மார்ட்டின் என்பவர், சாவேஸ் படித்துக்கொண்டிருந்த ராணுவப் பள்ளியில் வந்து சேர்ந்தார். பனாமாவிலிருந்து வெனிசுலாவுக்கு வந்து படிக்கும் அவரைப் பார்க்க ஆச்சரியமாக இருந்தது சாவேஸ்ஸுக்கு.

'பனாமாவிலிருந்தா வருகிறாய்? அங்கு ராணுவப் பயிற்சிப் பள்ளி கிடையாதா?'

'கிடையாது.'

சாவேஸைப் போலவே மார்ட்டினுக்கும் நன்றாக பேஸ்பால் விளையாடத் தெரியும். இவர்கள் இருவரும் நெருக்கமாகப் பழக ஆரம்பித்ததற்கு இதுவும் ஒரு காரணம்.

ஒரு முறை, எதேச்சையாகத் தமது தந்தை ஓமார் டோரிஜாஸைப் பற்றி மார்ட்டின் குறிப்பிட்டார்.

'உன் தந்தை நிறையப் புத்தகங்கள் படிப்பவர் அல்லவா?'

'ஆமாம்.'

'அப்படியானால் எனக்கும் சில புத்தகங்களைக் கொண்டுவந்து தருவாயா?'

மார்ட்டினிடமிருந்து பல புத்தகங்களை வாங்கிப் படிக்க ஆரம்பித்தார் சாவேஸ். பனாமாவைப் பற்றி நிறைய கேட்டுத் தெரிந்துகொண்டார். விவசாயிகளிடம் தன் தந்தை பெற்றிருந்த செல்வாக்கைப் பற்றி கதை கதையாக சொன்னார் மார்ட்டின். பனாமாவில் உள்ள ஏழை பாழைகள்

அத்தனை பேருக்கும் தன் தந்தைதான் ஹீரோ என்று பெருமை பொங்க சொன்னான்.

சாவேஸுக்கு டோரிஜாஸை உடனே பிடித்துப்போனது. பனாமாவில் புரட்சி என்று ஒன்று ஏற்பட்டு அங்குள்ள மக்களுக்கு விடிவுகாலம் என்று ஒன்று பிறக்கவேண்டுமானால் அது டோரிஜாஸ் மூலமாகத்தான் சாத்தியமாகும் என்று சாவேஸுக்குத் தெரிந்துபோனது.

'மார்ட்டின் நான் ஒன்று சொல்லவா? இன்று முதல் நான் ஒரு டோரிஜாஸ்-வாதி!'

●

சாவேஸ் தனது கல்லூரிப் படிப்பின் மூன்றாவது ஆண்டில் காலடி எடுத்து வைத்தபோது, சிலியில் சல்வடோர் அலண்டேயின் ஆட்சி கனகச்சிதமாகக் கவிழ்க்கப்பட்டது. உலகையே அதிர்ச்சிக்குள்ளாக்கிய இந்த நிகழ்ச்சி, சாவேஸின் மனத்தில் சூறாவளியை ஏற்படுத்தியது.

உலகிலேயே ஜனநாயக முறையில் குடியரசுத் தலைவராகத் தேர்ந்தெடுக்கப்பட்ட முதல் மார்க்சியவாதி அலண்டேதான். இவர் பதவியேற்றது 1970-ல். அதற்கு முன்னரே சுமார் நாற்பதாண்டு காலத்துக்கு சிலி மக்களுக்காக, அவர்களது சுதந்தரத்துக்காகத் தொடர்ந்து போராடியவர் இவர்.

குடியரசுத் தலைவராகப் பொறுப்பேற்றுக்கொண்ட அடுத்த நிமிடமே சிலி மக்களுக்கு என்னென்ன தேவை என்று பார்த்துப் பார்த்து நிறைவேற்றத் தொடங்கிவிட்டார் அலண்டே.

தரிசு நிலங்களை அரசுடைமையாக்கினார். இலவசக் கல்விக்கு ஏற்பாடு செய்தார். வங்கிகளும் மருத்துவமனைகளும் கல்விச்சாலைகளும் நாட்டுடைமையாக்கப்பட்டன. புதிய வேலைவாய்ப்புத் திட்டத்தை அறிமுகப்படுத்தினார். அமெரிக்கா, பொருளாதாரத் தடைகள் விதித்திருந்தால், யாரும் க்யூபாவோடு உறவு கொள்ளாத நிலையில், அலண்டே துணிச்சலாக காஸ்ட்ரோவைச் சந்தித்தார். க்யூபாவோடு பல ஒப்பந்தங்கள் செய்துகொண்டார்.

போதாது? சும்மா இருக்குமா அமெரிக்கா? அலண்டேவை 'ஏதாவது' செய்யுங்கள் என்று சி.ஐ.ஏ.வுக்கு உத்தரவு பிறப்பித்தார் அப்போதைய அதிபர் நிக்ஸன். 'அப்படியே ஆகட்டும் எஜமானரே!' என்று அலாவுதீன் பூதம் போல் புறப்பட்ட சி.ஐ.ஏ., நேராக ஏரோப்ளேன் பிடித்து சிலியில் வந்து இறங்கியது. அலண்டேவுக்கு எதிரானவர்களைத் தேடிப் பிடித்து பணம் கொடுத்துத் திரட்டியது. மைக் வைத்து, தெருமுனையில்

கூட்டம் கூட்டியது. பொருளாதார ரீதியாக அலண்டேவுக்குப் பல நெருக்கடிகளைக் கொடுத்தது. திக்குமுக்காடிப்போனார் அலண்டே.

விளைவு? 1973-ல் சிலி ராணுவத்தினராலேயே, அலண்டேவின் ஆட்சி கவிழ்க்கப்பட்டது. தான் உயிருக்கு உயிராக நேசித்த சிலி மக்களிடம், கடைசி கடைசியாக மனம் விட்டுப் பேச விரும்பினார் அலண்டே. 'ஆட்சி கவிழ்ந்தால் கவிழட்டும், நம்பிக்கையை இழந்துவிடாதீர்கள்!' என்று அவர்களுக்குச் சத்தம் போட்டுத் தெரிவிக்க விரும்பினார். தெரிவித்தார். ரேடியோவில் அலண்டே பேசி முடித்ததுதான் தெரியும். அடுத்த விநாடி, அலண்டே சுட்டுக்கொல்லப்பட்டார்.

சாவேஸ் மனத்தில் முளைத்த முதல் சந்தேகம் இதுதான்.

'ராணுவம் என்பது ஆட்சிக் கவிழ்ப்பு நடத்துவதற்கு மட்டும்தானா?'

அலண்டே போன்ற ஓர் உத்தமமான போராளியைக் கவிழ்ப்பதற்குத் தான் ராணுவம் என்ற அமைப்பு பயன்படும் என்றால், அப்படிப்பட்ட ராணுவம் எதற்கு? இப்போது பயிற்சி எடுத்துக்கொண்டிருக்கும் இளைஞர்கள், எதிர்காலத்தில் என்னவாக மாறப்போகிறார்கள்? ராணுவத்தைப் பற்றி சாவேஸ் கண்டிருந்த பெரும் கனவு முதன் முறையாகத் தகர்ந்து போனது.

●

லத்தீன் அமெரிக்க நாடுகள் பல இன்று மோசமான நிலைமையில் இருப்பதற்குக் காரணம் அமெரிக்காதான் என்னும் கருத்து சாவேஸின் மனத்தில் அழுத்தமாகப் பதிந்தது அப்போதுதான். தனக்கு மிகவும் பிடித்த பேஸ் பால், அடிப்படையில் ஓர் அமெரிக்க விளையாட்டாக அமைந்து போனதில் சாவேஸுக்கு அதிக வருத்தம் இருந்தது.

எப்போதும் புத்தகமும் கையுமாக அலைந்து கொண்டிருந்த சாவேஸ், அவ்வளவாக யாரிடமும் நெருங்கிப் பழகவில்லை. மிகவும் கூச்ச சுபாவம் உடையவராக இருந்த இவரை மாற்றி அமைத்தவர் நான்ஸி கோல்மெனாரிஸ் (Nancy Colmenares). தனது 23-வது வயதில் சாவேஸ் இவரை மணந்துகொண்டார்.

●

ஜூலை 5, 1975. ராணுவப் படிப்பு முடிவுக்கு வந்தது. வகுப்பில் எட்டாவது மாணவராக அவர் தேர்ச்சி பெற்றிருந்தார். ராணுவ அணிவகுப்பு முடிந்து, அதிபர் ஃபேரேஸின் கையிலிருந்து விருது பெற்றுக்கொண்டார். இப்போது அவர் ஒரு துணை லெஃப்டினென்ட்.

காரகாஸில் உள்ள சைமன் பொலிவர் கல்லூரியில் சேர்ந்து அரசியல் மேற்படிப்பு படிக்க ஆரம்பித்தார். ஆரம்பித்தாரே தவிர, அவரால் தொடர்ந்து படிக்க முடியவில்லை. பட்டம் வாங்காமலேயே வெளியேறிவிட்டார். ராணுவம்தான் வாழ்க்கை என்று ஆகிவிட்டது. இந்த முறை ஒரு மாணவராக இல்லாமல் ஒரு துணை லெஃப்டினென்ட்டாகப் பணியை ஆரம்பித்தார்.

ராணுவப் பள்ளிக்குள் காலடி எடுத்துவைத்தபோது, அரசியல் என்றால் என்னவென்றே தெரியாது. இப்போது மண்டை முழுவதும் அரசியல் பாடங்கள். மாவோ, அலண்டே, டோரிஜாஸ். இவர்களைப் பற்றியே சிந்தித்துக்கொண்டிருந்தார். வெனிசுலா அரசியல் பற்றிய ஒரு தெளிவான கருத்து இப்போது உருவாகியிருந்தது. தவிரவும், ராணுவம் பற்றிய ஒரு மதிப்பீட்டையும் அவரால் உருவாக்கிக்கொள்ள முடிந்தது.

ஒரு நாட்டுக்கு ராணுவம் தேவைதானா? தேவைதான். அலண்டே, டோரிஜாஸ் போன்றவர்களின் ஆட்சியைக் கவிழ்ப்பதற்காக அல்ல. மாறாக, நாட்டின் வளர்ச்சிக்கு ராணுவம் தேவை. மக்களைக் கொல்லும், கொல்லக் கற்றுத்தரும் ஓர் அமைப்பு அல்ல ராணுவம். மாறாக, மக்களுக்குச் சேவை செய்ய தன்னை முழுமையாக அர்ப்பணிக்கும் ஓர் இயக்கம் அது.

●

மாணவர்களுக்கு மிக மிகக் கடுமையான பயிற்சிகள் அளிக்க வேண்டியிருந்தது. அதிகாலையில் டிரில். பிறகு குனிந்து நிமிர்ந்து கடுமையான உடற்பயிற்சி. பிறகு துப்பாக்கி சுடும் பயிற்சி. அருகிலிருந்து எல்லோரையும் கண்காணிக்க வேண்டும். ஒழுக்கம் மிகவும் முக்கியம். சிறிய தவறு செய்தாலும் கடுமையான தண்டனை. அலண்டே சம்பவத்துக்குப் பிறகு ராணுவம், ஒழுக்கம், கடமை, தேசப்பற்று போன்ற பதங்கள் மீது சாவேஸுக்குப் பற்பல சந்தேகங்கள் முளைத்துக்கொண்டு இருந்தன.

உற்சாகமாகத்தான் சொல்லிக்கொடுத்தார். பல மாணவர்கள் அபாரமான ஆற்றலுடன் பயிற்சி எடுத்துக்கொண்டார்கள். ஆனால் வெனிசுலா அரசு, இவர்களை எதிர்காலத்தில் எப்படிப் பயன்படுத்திக்கொள்ளப் போகிறது என்ற கவலை சாவேஸை அரிக்கத் தொடங்கியது.

பயிற்சிக்கு இடையே சாவேஸைப் பார்ப்பதற்கு, ஓர் உயர் அதிகாரி வந்தார்.

'சாவேஸ்! உங்களிடம் பேசவேண்டும்.'

தனி அறைக்குள் அழைத்துச்சென்று உட்கார வைத்தார்கள்.

'ஜோஸ் ரங்கேல் அவலோஸ் உங்களுடைய மாணவர்தானே?'

'ஆமாம்.'

'அவன் எப்படிப்பட்ட ஆள்?'

'மிகவும் ஒழுக்கமானவன். இருப்பதிலேயே அவன்தான் திறமை யானவன். எதிர்காலத்தில் அவன் ஒரு சிறந்த ராணுவ அதிகாரியாக இருப்பான் என்பது என்னுடைய நம்பிக்கை.'

'அவனைப் பற்றிய உன்னுடைய ரிப்போர்ட்டைச் சம்ர்ப்பித்து விட்டாயா?'

'இல்லை. இனிதான் தயாரிக்கவேண்டும்.'

'அப்படியானால் நான் சொல்வதைப் போல் செய். அவலோஸ் ஒழுக்கமற்றவன். அவன் பயிற்சிகளைச் சரிவரச் செய்வதில்லை. ஒரு ராணுவ அதிகாரியாக இருப்பதற்கு எந்த வகையிலும் அவன் தகுதியான நபர் அல்ல. இப்படி ஒரு ரிப்போர்ட்டை உடனடியாகத் தயார் செய்து கொண்டு வா.'

சாவேஸுக்கு அதிர்ச்சியாக இருந்தது. 'ஏன்?'

'அவன் அப்பா ஒரு கம்யூனிஸ்ட்.'

ராணுவத்தின் மீதிருந்த அவருடைய கொஞ்சநஞ்சப் பிடிப்பும் தளர்ந்து போனது. ஒரு கம்யூனிஸ்டின் மகன் என்பதற்காக ஒரு திறமைசாலியை வீணடிப்பது எந்த விதத்தில் நியாயம்? இதுதான் ஒழுக்கமா? இறுக்கமான முகத்துடன் மைதானத்துக்கு வந்து சேர்ந்தார் சாவேஸ்.

உயர் அதிகாரிகள் கேட்ட ரிப்போர்ட்டை சாவேஸ் தரவில்லை. வழக்கம்போல் பயிற்சிகள் தொடர்ந்தன. சொல் பேச்சைக் கேட்காததால், சாவேஸின் மீது அதிகாரிகளுக்குக் கடுப்பு.

மற்றொரு சந்தர்ப்பத்தில், துப்பாக்கி சுடும் போட்டி நடத்தப் பட்டபோது, முதலாவதாக வந்தான் அவலோஸ். மீண்டும் சாவேஸ், தனி அறைக்கு அழைத்துச்செல்லப்பட்டார்.

'அப்போது நாங்கள் சொன்னபோது நீ கேட்கவில்லை. பார்! துப்பாக்கி சுடும் போட்டியில் எமகாதகனாக இருக்கிறான். நிச்சயம் இவன் ஒரு கெரில்லா போராளியாகத்தான் மாறப்போகிறான். வெனிசுலாவுக்கே இவனால் தலைவலி வரப்போகிறது. அப்படிப்பட்ட ஒருவனுக்கு நாம் பயிற்சி அளிக்க வேண்டுமா? இவனெல்லாம் அதிகாரியாக மாறினால் நாடு உருப்படுமா?'

அன்றைய தினமே சாவேஸ் முடிவெடுத்துவிட்டார். நாடு உருப்பட வேண்டுமானால் அவலோஸ் போன்ற நபர்கள்தான் தேவை.

மறுநாள் தொடங்கி ஒரு புதிய உத்வேகத்துடன் பயிற்சியளிக்க ஆரம்பித் தார் சாவேஸ். இதுநாள்வரை அரசாங்கத்துக்குத் தேவைப்படும் செம்மறி ஆடுகளை மந்தை மந்தையாக உருவாக்கிக்கொண்டிருந்தார். இனி அவர் உருவாக்கப்போவது புலிகளை. முதல் புலி தயார். அவலோஸ்.

அவலோஸை அழைத்துப் பேசினார் சாவேஸ்.

'இனிமேல்தான் நிறைய விஷயங்களைச் செய்ய வேண்டி இருக்கிறது.'

●

ராணுவப் பள்ளியிலிருந்து வெளியே வருவதற்கும் மக்கள் தொடர்பு அதிகாரியாகத் தேர்ந்தெடுக்கப்படுவதற்கும் சரியாக இருந்தது. அவருடைய முதல் போஸ்டிங் பாரினாஸில். பெயரைக் கேட்டதும் ஒரு நிமிடம் துள்ளி குதித்துவிட்டார் சாவேஸ். 'ஆ! தாத்தாவின் ஊர் அல்லவா!'

Manuel Cedeno - கெரில்லாக்களுக்கு எதிராகப் போராடும் மூன்று முக்கிய பட்டாலியன்களில் ஒன்று. சாவேஸைத் தூக்கி இந்தப் பட்டாலியனில் போட்டார்கள். பாரினாஸ் சென்றடைந்தார். வேலை அதிகமில்லை. கெரில்லாக்களின் நடமாட்டத்தைக் கண்காணிக்க வேண்டும். பயிற்சி வகுப்புகளில் கலந்துகொள்ள வேண்டும். அரசாங்க அதிகாரிகள் அவ்வப்போது வருவார்கள். வெனிசுலாவில் பெருகிவரும் கெரில்லாக்களைப் பற்றி பேசுவார்கள். அவ்வளவுதான்!

ஒரு நாள், ரோந்து செல்லும்போது ஒரு கெரில்லா வீரனின் காரைக் கண்டுபிடித்தார்கள். ஆள் இல்லை. கார் மட்டும் அநாதையாகக் கிடந்தது. சோதனை போட்டபோது, ஒரு டிரங்க் பெட்டி சிக்கியது. திறந்து பார்த்தால் கட்டுக்கட்டாகப் புத்தகங்கள். ஏதாவது விஷயம் இருக்கும் என்று கிளறிப் பார்த்தார்கள். ஒன்றும் அகப்படவில்லை.

'பைசாவுக்குப் பிரயோஜனமில்லாத இந்தப் புத்தகங்களை வைத்து என்ன செய்வது?'

சாவேஸ் துடித்துக்கொண்டிருந்தார். 'உங்கள் யாருக்கும் ஆட்சேபனை இல்லையென்றால் இதை நான் வைத்துக்கொள்ளலாமா?'

அப்படியே கொடுத்துவிட்டார்கள். பெட்டியைத் தன்னுடைய அறைக்கு எடுத்துச் சென்ற சாவேஸ், ஒரு மினி நூலகத்தை ஏற்படுத்தி விட்டார். ஒவ்வொரு புத்தகமாகப் பிரித்துப் படிக்கத் தொடங்கினார்.

பெரும்பாலானவை மார்க்ஸிய, இடது சாரிக் கருத்துகளைத் தாங்கியிருந்த நூல்கள்.

இரவு முழுவதும் கொட்டக் கொட்ட கண் விழித்துப் படித்தார். கல்லூரி நாள்களில் படித்த மாவோ நினைவுக்கு வந்தார். ஒரு கெரில்லா வீரன் எப்படி உருவாகிறான்? அவன் உருவாவதற்கு யார் காரணம்? உயிர் போகலாம் என்று தெரிந்தும் துப்பாக்கியைத் தூக்கும் நெஞ்சுரம் எப்படிக் கிடைக்கிறது? கெரில்லாவின் எதிரி யார்? ஏன்?

அத்தனை கேள்விகளுக்கும் விடை கிடைத்தது.

மறுநாள், சில கெரில்லா வீரர்களை எங்கிருந்தோ பிடித்து வந்தார்கள். ஒரு தனி அறையில் அவர்கள் அடைக்கப்பட்டனர். சித்திரவதை தொடங் கியது. ஆளாளுக்குப் போட்டு அடித்தார்கள். துப்பாக்கிக் கட்டையால் தலையில் இடித்தார்கள். பூட்ஸ் காலால் தொடையில் உதைத்தார்கள்.

சாவேஸின் ரத்தம் கொதித்தது.

'நிறுத்துங்கள். எதற்காக இவர்களைப் போட்டு இத்தனை சித்திரவதை செய்கிறீர்கள்?'

'இவர்கள் கெரில்லாக்கள்.'

'அதற்காக? இப்படித்தான் காட்டுமிராண்டித்தனமாக நடந்துகொள்ள வேண்டுமா? அவர்கள் கைதிகள் அல்லவா?'

'சாவேஸ்! உனக்கு இது வேண்டாத வேலை. முடிந்தால் ஒரு கை போடு. இல்லாவிட்டால் ஒதுங்கிவிடு.'

'இது அநியாயம்!'

எது அநியாயம் என்று சொன்னதற்காக சாவேஸுக்கு அன்று மாலை ஓர் எச்சரிக்கைக் கடிதம் வந்து சேர்ந்தது. 'ராணுவ உயர் அதிகாரிகளின் பணியில் அநாவசியமாக மூக்கை நீட்டினால், அரசாங்கத்துக்கு எதிராகச் செயல்படுகிறாய் என்று சொல்லி உள்ளே தள்ளிவிடுவோம். ஜாக்கிரதை!'

மற்றொரு சந்தர்ப்பத்தில் கெரில்லாக்களின் அராஜகத்தையும் கண் முன்னால் கண்டார் சாவேஸ்.

முழுக்க முழுக்க ராணுவ வீரர்களை ஏற்றிக்கொண்டு ஒரு ஜீப் அந்த மலைப்பகுதியில் சென்று கொண்டிருந்தது. அந்தச் சாலையின் மற்றொரு முனையில் Bandera Roja என்னும் குழுவைச் சேர்ந்த சில கெரில்லாக்கள் துப்பாக்கிகளோடு காத்துக்கொண்டிருந்தார்கள். ரோந்து முடிந்த அசதியில், பல வீரர்கள் அப்போதுதான் தூங்க ஆரம்பித்

திருந்தனர். ஜீப் தடுத்து நிறுத்தப்பட்ட போதுகூட பலர் எழுந்திருக்க வில்லை. கும்பலாக மடக்கினார்கள். ஒவ்வொருவரையும் எழுப்பி நிற்க வைத்து, நெற்றிப்பொட்டில் துப்பாக்கியை அழுத்தி சுட்டுக்கொன்றனர்.

கெரில்லாக்கள் என்பதால் ராணுவம் அவர்களை அழிக்கிறது. ராணுவம் என்பதால் கெரில்லாக்கள் அவர்களை அழிக்கிறார்கள். ராணுவத்தைப் பொறுத்தவரை கெரில்லாக்கள் செய்வது தவறு. கெரில்லாக்களைப் பொறுத்தவரை ராணுவம் செய்வது தவறு. இவர்களில் யார் செய்வது நியாயம்? யார் செய்வது அநியாயம்?

சாவேஸ் தனக்குள் முணுமுணுத்துக்கொண்டார்.

'இரண்டுமே தவறான அணுகுமுறைகள்.'

சரியான அணுகுமுறை எது என்று அவருக்குத் தெரிந்திருந்தது.

●

அவலோஸ் போன்ற மாணவர்களைத் தேர்ந்தெடுத்து ஒன்று சேர்க்கத் தொடங்கினார். என்ன செய்யப் போகிறோம், எப்படி செய்யப் போகிறோம் என்று அப்போதைக்கு அவருக்குத் தெரியாது. எல்லோரை யும் ஒன்றாக அழைத்துப் பேசினார். யாரும் ஒரு வார்த்தை கேட்கவில்லை. 'உங்களுடன் வருகிறோம் சாவேஸ்!' என்று மட்டுமே சொன்னார்கள்.

வாரத்துக்கு இரு முறை சந்திக்கலாம் என்று முடிவெடுத்தனர். நிறையப் பேசினார் சாவேஸ். பொலிவர் பற்றி. சே குவேரா பற்றி. ஃபிடல் காஸ்ட்ரோ பற்றி. ராணுவத்தின் உண்மையான பணி என்ன என்பது பற்றி. வெனிசுலாவின் ஏழைமையைப் பற்றி. அதை அகற்ற வேண்டிய அவசியத்தைப் பற்றி.

ராணுவ ஆள்கள் என்றில்லாமல் பொதுமக்களையும் தன்னுடன் இணைத்துக்கொண்டார் சாவேஸ். ஒரு சிறிய படை உருவாகிக் கொண்டிருந்தது. இயக்கம் என்றால் அதற்குப் பெயர் வைக்க வேண்டும் அல்லவா? நிறைய யோசித்து பொலிவர் புரட்சி ராணுவம் (Bolivar Revolutionary Army) என்று பெயரிட்டார். ஆனால் இந்தப் பெயர் வெளியே கசிந்துவிட்டது. 'ஐயோ, புரட்சியா?' என்று ராணுவம் அலறிவிட்டது. சரி எதற்கு ஆரம்பத்திலேயே வம்பு என்று இயக்கத்தின் பெயரை மாற்றிக்கொண்டார்.

அதாவது, புரட்சி என்னும் வார்த்தையைப் பெயரளவில் நீக்கியாகி விட்டது. ஆனால் அது புரட்சிப் படைதான் என்று அவருக்குத் தெரியும். இயக்கத்திலுள்ள அத்தனை பேருக்கும் தெரியும்.

4. முதல் தோல்வி, முதல் வெற்றி!

*டி**சம்பர் 17, 1982.*** Saman de Guere என்னும் பகுதியில் அனைவரும் திரண்டனர். ஒரு பெரிய மரத்தின் அடியில், அந்தக் கூட்டம் நடந்துகொண்டிருந்தது. சாவேஸ் பேசிக்கொண்டிருந்தார்.

'சுதந்தரமான முறையில் தேர்தல்கள் நடைபெறவேண்டும். மக்கள் சுதந்தரம் அடைய வேண்டும். நிலம் மக்களுக்கு வழங்கப் படவேண்டும். மக்களைச் சுற்றியிருக்கும் சங்கிலியை வெட்டி எறியும்வரை நான் ஓயமாட்டேன். என்னுடைய போராட்டம் ஓயாது. இது அந்தக் கடவுளின் மீது ஆணை. என் மூதாதையர்கள் மீது ஆணை.'

ஜூலை 24, 1983. பொலிவரின் 200-வது பிறந்த நாளைக் கௌரவிக்கும் வகையில் தன்னுடைய இயக்கத்துக்கு பொலிவர் புரட்சி ராணுவம் *200* (Bolivar Revolutionary Army 200), சுருக்கமாக MBR 200 என்று பெயரிட்டார்.

'ராணுவம் என்பது சண்டை போடும் இயந்திரம் அல்ல. மக்களைக் காக்கும் அமைப்பு. நாம் சண்டை எல்லாம் போட வேண்டாம். அமைதியாகவே போராடலாம்!' என்றார் சாவேஸ்.

ஒரு பெரிய இயக்கத்தை ரகசியமாக நடத்துவது சாமானியப்பட்ட வேலை அல்ல. மாட்டினால் தலையை வாங்கிவிடுவார்கள். தெரிந்தேதான் தொடங்கினார். ரகசியப் பிரசாரங்கள். ரகசியக் கூட்டங்கள். 'வெனிசுலாவை விடுவிக்கப்போகிறோம், கை கொடுங்கள்!' என்று மக்களிடையே சென்று கிசுகிசுத்தனர்.

சாவேஸின் முக்கிய இலக்கு மாணவர்கள். வெனிசுலா மத்திய பல்கலைக்கழகம், கபலேரோ பல்கலைக்கழகம், கரபோடா பல்கலைக்கழகம், ஆந்திய பல்கலைக்கழகம், அல்வராடோ மத்தியப் பல்கலைக்கழகம். ஒன்றையும் விட்டுவைக்கவில்லை அவர்.

●

வெனிசூலாவில் அமைதி தொலைந்துகொண்டிருந்தது.

படித்தவர்களுக்கு வேலை இல்லை. வேலை கிடைத்தாலும் சம்பளம் கிடைக்கவில்லை. அப்படியே சம்பளம் கொடுத்தாலும் அது சுத்தமாகப் போதவில்லை. பேருந்தில் ஏறி நான்கு நிறுத்தம் தள்ளி இறங்கினால் கால்வாசிச் சம்பளம் காலி. ஒரு பிரெட் சாண்ட்விச் சாப்பிட்டு, ஒரு கப் டீ குடித்தால் இன்னொரு கால்வாசி காலி. மாதம் முப்பது நாளையும் எப்படிச் சமாளிப்பது?

பேருந்துக் கட்டணங்கள் இருநூறு மடங்கு அதிகரித்துவிட்டது. சில பெரிய ஆள்கள் மட்டும், சொகுசாக கார், பங்களா என்று அனுபவித்துக் கொண்டிருந்தனர். குறிப்பாக, அரசாங்கப் பதவிகளில் இருந்த அத்தனை முக்கியப் புள்ளிகளும் போஷாக்குடன் சுற்றிக்கொண்டிருந்தனர். சொடக்குப் போடும் நேரத்தில் நிலம் வாங்கினார்கள். கடைகள் கட்டினார்கள். அவர்களுக்குத் தேவைப்படும் அத்தனை வசதிகளையும் அரசாங்கம் முன்னால் நின்று செய்துகொடுத்தது.

சாமானியப் பொதுமக்கள்? ம்ஹூம். அவர்களை ஒரு பொருட்டாகவே மதிப்பதில்லை. செய்தித்தாள்களைப் பிரித்தால் ஒரே ஒப்பாரி மயம். 'உலக வங்கியிடம் மானாவாரிக்குக் கடன் வாங்கி இருக்கிறோம். கந்து வட்டி, மீட்டர் வட்டி என்று வட்டி எகிறிக்கொண்டிருக்கிறது. கஜானா வில் சுத்தமாக பைசாவே இல்லை!' என்று மூக்கைச் சிந்தி அழுதது.

இவர்களை யார் கடன் வாங்கச் சொன்னார்கள்? வாங்கிய கடனை என்ன செய்தார்கள்? உருப்படியாகச் சாலை போட்டார்களா? கண்ணில் படும்படி நான்கு பள்ளிக்கூடங்களை நறுக்கென்று கட்டினார்களா? பேருந்துக் கட்டணத்தைக் குறைத்தார்களா? தெருவுக்கு இரண்டு இளைஞர்களுக்காவது வேலை கிடைத்ததா?

மக்கள் வெறுத்துவிட்டார்கள். ஃபேரேஸை நினைக்க நினைக்கப் பற்றிக்கொண்டு வந்தது. இப்படியும் ஒரு தலைவரா? இவரை ஒன்றுமே செய்ய முடியாதா?

●

கார்லோஸ் ஆன்ட்ரேஸ் ஃபேரேஸ் (Carlos Andres Perez) ஆட்சிக்கு வந்த புதிதில், எல்லோரும் அவரை ஆகா ஓகோ என்று புகழ்ந்தனர். குறிப்பாக, இடது சாரி நபர்கள் அத்தனை பேரின் ஆதரவும் அவருக்குக் கிடைத்தது. காரணம், ஃபேரேஸ் மேற்கொண்ட சில சீர்திருத்தம். பெட்ரோலை அரசுடமையாக்கினார். வெனிசூலாவின் பொருளா தாரமே பெட்ரோலை மையமாகக் கொண்டுதான் இயங்குகிறது. எனவே, பொருளாதாரத்தை மேம்படுத்த அரசே இனி பெட்ரோல் உற்பத்தியைக் கட்டுப்படுத்தும் என்று அறிவித்தார்.

ஆட்சியாளர் என்றால் இவர் ஆட்சியாளர் என்று அகமகிழ்ந்து போனார்கள் வெனிசுலா மக்கள். 1970-களில், அமெரிக்கா தனது சந்தைகளை மூலை முடுக்குகளிலெல்லாம் மும்முரமாக பரப்பி வந்தபோது, ஃபேரேஸ் தாராளமயமாக்கலை எதிர்த்தார். IMF என்கிற சர்வதேசக் கடனுதவி நிறுவனத்தை எதிர்த்தார். Shell, Exxon, U.S. Steel, Bethlehem Steel போன்ற நிறுவனங்களை நாட்டுடமையாக்கினார். போதாது?

இந்தச் சீர்திருத்தங்கள் இப்படியே தொடர்ந்திருந்தால் நன்றாக இருந்திருக்கும். ஆனால் இதே ஃபேரேஸ் இரண்டாம் முறை ஆட்சிக்கு வந்தபோது, அதாவது 1989-ல் முற்றிலுமாக மாறிப்போனார். சர்வதேச நிதி மையத்திடமிருந்து கடன் பெற்றார். 'அப்படி வா வழிக்கு!' என்று துள்ளிக் குதித்த அமெரிக்கா, ஃபேரேஸைக் கௌரவிக்கும் வகையில், 4.5 பில்லியன் அமெரிக்க டாலரை வெனிசுலாவுக்கு வாரி வழங்கியது.

அந்த நிமிடம் தொடங்கி ஃபேரேஸின் மதிப்பு கிடுகிடுவென்று உருண்டு பள்ளத்தாக்கில் விழுந்தது. திட்டமிட்ட குளறுபடிகளால், வெனிசுலாவின் பொருளாதாரம் சரியத் தொடங்கியது.

●

பிப்ரவரி 27, 1989.

காரகஸில் பரபரப்பு தொற்றிக்கொண்டது. மக்கள் தெருவில் இறங்கி னார்கள். முதலில் பத்து பேர் கூடினார்கள். பிறகு இருபது. பிறகு நூறு. ஆண்கள், பெண்கள், குழந்தைகள், பெரியவர்கள், மாணவர்கள். அத்தனை பேரும் போட்டது போட்டபடி தெருவில் இறங்கிவிட்டனர்.

கட்சி என்று எதுவும் இல்லை. தலைவர் இல்லை. பின்புலம் என்று சொல்லிக்கொள்ள எதுவும் இல்லை. ஒருங்கிணைக்க யாரும் இல்லை. ஆனாலும், மக்கள் தெருவில் இறங்கிவிட்டனர்.

எப்படி ஏற்பட்டது இந்த எழுச்சி? யார் சொல்லிக்கொடுத்தது? யாராவது தலைவர்கள் சொல்லிக் கொடுத்தால்தான் மக்கள் திரள் வார்கள், கோஷம் எழுப்புவார்கள். யாருடைய துணையும் இல்லாமல் இவர்கள் திரண்டது எப்படி?

அடுத்தடுத்த நாள்களில் நிலைமை தீவிரமடைந்தது. ஃபேரேஸுக்கு எதிரான போராட்டங்கள் வலுவடைந்தன. தெரு முனையில் ஸ்பீக்கர் வைத்து 'ஒழிக' கோஷம் போடத் தொடங்கினார்கள். சின்னச்சின்னதாக நிறையப் பேரணிகள் நடத்தினார்கள். கூட்டம் கூடிப் பேசினார்கள். அரசாங்கத்தின் பொருளாதார திட்டங்கள் திறந்தவெளியில் விமரிசிக்கப் பட்டன.

கடைத்தெருக்கள் சாத்தப்பட்டன. சாலையில் போக்குவரத்து சுத்தமாக நிறுத்தப்பட்டது. அமைதியான முறையில் நடந்து கொண்டிருக்கும் போராட்டங்களை, தங்களுக்குச் சாதகமாகப் பயன்படுத்திக் கொள்வ தற்காகவே சில சட்ட விரோத கும்பல்கள் எல்லா இடங்களிலும் இயங்கிக்கொண்டிருக்கின்றன. காராகாஸ¨ம் இதற்கு விதிவிலக்கல்ல. மூடப்பட்ட கடைகளிலிருந்து பொருள்களைத் திருட பலர் போட்டி போடத் தொடங்கினர். சிலர் வழிப்பறிக் கொள்ளைகளில் ஈடுபட்டனர்.

இப்படி ஒரு மாபெரும் எதிர்ப்பை ஃபேரேஸ் சந்திப்பது அதுவே முதல் முறை. மண்டை காய்ந்து போனது. எத்தனை பேரை அடிப்பது? எத்தனை பேரைத் தூக்கி உள்ளே தள்ளுவது? பிரச்னை ஓயமாட்டேன் என்கிறதே! கொஞ்சம் பொறுத்துப் பார்த்தார், ஓயவில்லை. பேசாமல், எமர்ஜென்ஸி டிக்ளோர் செய்துவிட்டார்.

காவல்படை உள்ளே புகுந்தது. லவுட் ஸ்பீக்கர், கண்ணீர்ப் புகை போன்ற சம்பிரதாயச் சமாசாரங்கள் எல்லாம் கிடையாது. நேராகத் துப்பாக்கிச் சூடுதான். குறிப்பாக, செரோஸ் (Cerros) என்னும் பகுதி அதிக பாதிப்புக்குள்ளானது. இந்தப் பகுதியில் மட்டும் எத்தனைப் பேர் துப்பாக்கிச் சூட்டில் இறந்துபோனார்கள் என்ற விபரம் இன்றைய தேதி வரை கிடைக்கவில்லை. பிற பகுதிகளிலும் இதே நிலைதான் என்றாலும் செரோஸ் அளவுக்கு மோசமில்லை.

கொத்துக் கொத்தாக மக்கள் சுருண்டு விழுந்தனர். வெனிசுலா வரலாற்றில் இதுவரை இப்படி ஒரு சம்பவம் நடந்ததில்லை என்னும் அளவுக்கு வன்முறை கட்டவிழ்த்து விடப்பட்டது.

நியாயம் கேட்டால் துப்பாக்கியால் சுடுகிறார்களே என்று கொதித்துப் போன சில பொது மக்கள், கிடைக்கும் ஆயுதங்களைக் கையில் தூக்கிக் கொண்டனர். 276 பேர் மரணம் என்று மறுநாள் காலையில் செய்தி வெளியிட்டார்கள். இல்லை இல்லை 500 பேர் என்றார்கள். ஆயிரம் இருக்கும் என்றார்கள். சரியான எண்ணிக்கை 3000.

ஒட்டுமொத்த வெனிசுலாவையும் உலுக்கி எடுத்த இந்தச் சம்பவம் பின்னாள்களில் Caracazo என்று அழைக்கப்பட்டது. இதன் பொருள் கராகாஸ் பகுதியில் விழுந்த பலத்த அடி.

நியாயமான கோரிக்கைகளை முன்வைத்துப் போராடலாம் என்று அப்போது தெருவுக்கு வந்த மக்கள், அதற்குப் பிறகு வீடு திரும்ப வில்லை. தெருவிலேயே நிரந்தரமாகத் தங்கிவிட்டனர்.

சாவேஸை ஆழமாகப் பாதித்தது இந்தச் சம்பவம்.

ஃபேரேஸின் கதையை முடித்துவைக்க வேண்டிய நேரம் நெருங்கி விட்டதை சாவேஸ் உணர்ந்துகொண்டார். ஒரு விஷயம் அவருக்குத் தெளிவாகப் புரிந்தது. 'போக்கிரித்தனமான அரசாங்கத்தை எதிர்க்க, இனியும் சாத்வீகமான முறையில் போராட முடியாது.'

MBR 200, துப்பாக்கியுடன் போராட்டத்தில் குதித்தது. நேற்று உருவாக்கிய சிறிய படையைக் கொண்டு அத்தனை பெரிய அரசாங்கத்தை எதிர்ப்பது சாத்தியமில்லை என்று சாவேஸுக்குத் தெரியும். இருந்தாலும், துணிந்து போராடினார்கள். புரட்சிக் குழுவைச் சேர்ந்த பலர் ராணுவத்தால் நசுக்கப்பட்டனர். பல ஆள்கள் சிதறி ஓட வேண்டியிருந்தது. வெற்றியா தோல்வியா என்றால் தோல்விதான். ஆனால் அதுவல்ல விஷயம். போராட வேண்டும் என்று முடிவு செய்தார்கள். போராடினார்கள். போதாது?

●

MBR 200-ஐ பலப்படுத்தும் பணியை சாவேஸ் தொடங்கி வைத்தார். MBR 200 இன்னமும் ரகசியமாகவே இயங்கிக்கொண்டிருந்தது. சாவேஸ் மீது பெரிய அளவில் யாருக்கும் சந்தேகம் வரவில்லை.

ஃபேரேஸின் ஆட்சியை அகற்ற வேண்டும். முந்தைய போராட் டத்தைப் போல் இல்லாமல் இந்த முறை எல்லாமே முறைப்படி நடக்கவேண்டும். அதற்குத் தேவை தெளிவான செயல்திட்டம். தவிரவும், போர்ப் பயிற்சி மட்டும் போதாது. சட்ட ரீதியிலான புரிதல் களும் தேவை. புத்தகங்களைத் தேடித் தேடி வாசிக்கத் தொடங்கினார். அரசியல் மற்றும் சட்ட வல்லுநர்களைச் சந்தித்தார். இன்னது என்று காட்டிக்கொள்ளாமல் அவர்களிடம் நிறையப் பேசி, நிறைய கிரகித்துக் கொண்டார்.

யார் யாரை இணைத்துக்கொள்ளலாம், யார் யாரைக் கழட்டி விடலாம் என்று குறித்து வைத்துக்கொண்டார். MBR 200-ல் ஆள்கள் மட்டும் போதாது. ஒத்த கருத்துள்ள வேறு சில இயக்கத்தினரின் உதவியும் தேவை என்பதை உணர்ந்துகொண்டார். ராணுவ ரீதியில் பலம் கொண்ட, ஆள் பலம் அதிகம் கொண்ட அமைப்பு வேறு ஏதாவது இயங்கிக்கொண்டிருக்கிறதா என்று ஆராய்ந்தார்.

அப்படி ஓர் அமைப்பு இருந்தது. அதன் பெயர் La Causa Radical. சுருக்கமாக, Causa R. 1971-ல் தொடங்கப்பட்ட அமைப்பு இது. அதன் தலைவர் Andres Velasquez. 'எங்களது போராட்டத்தில் இணை கிறீர்களா?' என்று சாவேஸ் இவர்களிடம் கேட்டபோது, அவர்கள் அதற்கு ஒப்புக்கொண்டனர். Causa R நபர்கள் தவிர, வேறு சிலரும் சாவேஸுடன் இணைய சம்மதித்தனர்.

மொத்தம் 20 அதிகாரிகள். 500 படை வீரர்கள். ஆயுதங்கள். மனம் நிறையத் தைரியம். போதாது?

சாவேஸுக்கு ஒரு விஷயம் மட்டும் உறுத்தலாக இருந்தது. வீரர்கள் சேர்ந்துவிட்டார்கள். சரி. அவர்களிடம் என்ன சொல்லி தயார் படுத்துவது? புரட்சி செய்து அரசாங்கத்தைக் கவிழ்க்கப் போகிறோம் என்று அவர்களிடம் சொல்லலாமா? சொன்னால் புரியுமா? ஏற்றுக் கொள்வார்களா? அவசரப்பட்டு யாராவது எங்காவது உளறிக் கொட்டி விட்டால்?

பரவாயில்லை, சொல்லிவிடலாம் என்று முடிவு செய்தார் சாவேஸ். ராணுவப் புரட்சியில் பங்கேற்கிறோம் என்று தெரியாமலேயே அவர்கள் போராடினால் எதிர்பார்த்த வீரியம் கிடைக்காது. சொல்லிவிடுவது உத்தமமமானது. ஒரு ராணுவ அதிகாரி என்னும் முறையில், இது தனது கடமையும்கூட என்று சாவேஸ் நினைத்துக்கொண்டார்.

அனைவரையும் அழைத்தார். பேசினார்.

'வருகிறோம்!' என்றனர் சிலர்.

'ஆளை விடுங்கள்!' என்றனர் சிலர்.

ஒரு நபர் உண்மையாகவே அழத்தொடங்கிவிட்டார்.

'வெனிசூலாவுக்காகப் போராடுவதில் எனக்கு மகிழ்ச்சிதான். உயிரே போனாலும் பரவாயில்லைதான். ஆனால், என் மனைவி, என் குழந்தைகள்... இவர்களை விட்டுவிட்டுவர எனக்குச் சம்மதமில்லை!'

இது போல் பலர் இருப்பார்கள் என்று சாவேஸுக்குத் தெரியும்.

அவர் அமைதியாகவே சொன்னார். 'உங்கள் யாரையும் நான் கட்டாயப் படுத்தப் போவதில்லை. இது உங்களுடைய தனிப்பட்ட உரிமை. நான் ஏற்கனவே சொன்னபடி, நடக்கப்போகும் போராட்டத்தில் உயிர் இழக்கும் வாய்ப்புகள் அதிகம். எனவே யோசித்துச் செய்யுங்கள். விரும்பாதவர்கள் வெளியேறிவிடலாம்.'

வெளியேற முயற்சித்தவர்களை சாவேஸ் தடுத்து நிறுத்தினார்.

'ஒரு நிமிடம். இப்போதைக்கு யாரும் வெளியில் போகவேண்டாம். புரட்சி தொடங்கும்வரை இங்கேயே இருங்கள்!'

தன்னுடைய நபரை அழைத்தார் சாவேஸ்.

'இவர்களைப் பத்திரமாக இங்கேயே வைத்துப் பூட்டுங்கள். நாம் தயார் ஆனதும், இவர்கள் வெளியேறினால் போதுமானது.'

உள்ளே வைத்து அவர்களைப் பூட்டியபிறகு, சாவேஸ் பிற தோழர்களிடம் தனது திட்டத்தை விவரிக்கத் தொடங்கினார்.

நான்கு முக்கிய இடங்கள் தாக்கப்பட்டவேண்டும். பாதுகாப்பு அமைச்சகம், லா கார்லோடா (La Corlata) மிலிட்டரி விமான நிலையம், மியூசியம்.

பிறகு, மிராஃப்ளோரஸ் (Miraflores). அதிபரின் மாளிகை இங்கேதான் இருக்கிறது. தாக்குதல் நடத்தி முடித்த கையோடு கைப்பற்றிவிட வேண்டும். திட்டம் வெற்றி பெற்ற பிறகு, என்னென்ன செய்யவேண்டும் என்பது முதற்கொண்டு அத்தனை விஷயங்களும் அக்கு வேறு ஆணி வேறாக விவாதிக்கப்பட்டன.

டிசம்பர் மாதம் தாக்குதலை ஆரம்பிக்கலாம் என்று முன்னர் திட்டமிட்டிருந்தார். ஆனால், பின்னர் பிப்ரவரி மாதத்துக்கு ஒத்திவைக்கப்பட்டது. ஃபேரேஸ் அப்போது ஊரில் இருக்கமாட்டார்.

●

காரகாஸ். பிப்ரவரி 4, 1992. நள்ளிரவு. அருங்காட்சி வளாகம்.

MBR-200, Causa R மற்றும் வேறு சில குழுக்களும் ஒன்றாகச் சந்தித்துக்கொள்ளவேண்டிய நேரம்.

MBR-200 குழு நபர்கள் அத்தனை பேரும் ஆயுதங்களுடன் வந்திருந்து, பிற தோழர்களுக்காகக் காத்திருக்கத் தொடங்கினர். நேரம் செல்லச் செல்ல ஏகப்பட்ட டென்ஷன். ஒருவரையும் காணவில்லை.

சாவேஸ் யோசனையுடன் குறுக்கும் நெடுக்குமாக நடந்துகொண் டிருந்தார். எங்கே போனார்கள் அத்தனை பேரும்?

நீண்ட தாமதத்துக்குப் பிறகு, சில நபர்கள் வந்து சேர்ந்தனர். ஆயுதங்கள் இல்லை. வெறுங்கையை வீசி நடந்துவந்தார்கள்.

'உங்களுடன் போராட விருப்பமில்லை. சொல்லிவிட்டுப் போகத்தான் வந்தோம், வருகிறோம்!'

மறைந்துவிட்டார்கள்.

யாரை நொந்து என்ன பயன்?

'Causa R வருவார்கள் அல்லவா?' என்றார் சாவேஸ்.

'நிச்சயம் வருவார்கள். அவர்கள் நம்மை ஏமாற்றமாட்டார்கள்!'

சொல்லிமுடித்து வாய் மூடவில்லை. இன்னொரு ஆள் வெறுங்கை வீசி நடந்து வந்தார்.

'மன்னிக்கவும், எங்களால் வரமுடியாது!'

சாவேஸுக்கு உச்சகட்ட கோபம்.

'உங்களை நம்பி எத்தனையோ ஏற்பாடுகளைச் செய்துவிட்டோம். இப்படிக் கடைசி நேரத்தில்...'

அவர் பேசி முடிக்கும்வரைகூட அந்த நபர்கள் காத்திருக்கவில்லை.

இத்தனை விலாவாரியாகத் திட்டமிட்டும், கடைசி நிமிடத்தில், எதிர்பாராத ஏமாற்றங்கள். மற்றவர்கள் கிடக்கட்டும். Causa R பின்னுக்கு நகர்ந்தது உண்மையிலேயே பெரிய இழப்பு. ஆரம்பத்திலேயே வரமாட்டோம் என்று இவர்கள் சொல்லிஇருந்தால் வேறு ஏற்பாடு களைச் செய்திருக்கலாம்.

தாக்குதல் நடத்த வேண்டிய இடங்களுக்குப் போக வர தகுந்த வாகனங்களைக் கொண்டுவர வேண்டிய பொறுப்பு இவர்களுடையது. தவிரவும், தகவல் தொடர்பை கவனித்துக்கொள்ளும் பொறுப்பும் இவர்களுடையதுதான். இயக்கத்தினர் தொடர்பு கொள்ளத் தேவை யான செல்ஃபோன்களைக் கொண்டு வருகிறோம் என்று இவர்கள் சொல்லியிருந்தனர்.

கடைசி நேரத்தில் Causa R இப்படிக் காலை வாரிவிட்டதை சாவேஸால் தாங்கிக்கொள்ள முடியவில்லை. இப்படியுமா பொறுப்பற்ற முறையில் நடந்துகொள்வார்கள்?

மாராக்கேயிலிருந்து காரகாஸுக்கு ஒரு டிரக் வண்டி முழுக்க ஆயுதங்கள் கொண்டு வந்திருந்தார் சாவேஸ். எத்தனை சிரமப்பட்டு குருவி சேர்ப்பது போல் சேகரித்திருப்பார்! இப்போது கேட்பாரின்றிக் கிடக்க வேண்டியதுதான். ஆயுதம் இல்லாமல் தவிக்கும் போராளி களுக்கு மத்தியில், ஆயுதங்களை வைத்துக்கொண்டு ஆள்கள் கிடைக் காமல் போராட வேண்டிய நிலைமை.

ஆள்கள் இல்லாததுகூடப் பிரச்னையில்லை. மிக முக்கியமாகச் செய்ய வேண்டியிருந்த ஒரு காரியத்தை Causa R செய்யவில்லை. தாக்குதல் தொடங்குவதற்கு ஒரு நாள் முன்பு, வானொலியில் ஒரு செய்தியை அவர்கள் ஒலிபரப்பவேண்டும். அந்தச் செய்தி இதுதான். 'வெனிசுலா இன்று கொந்தளித்துக்கொண்டிருப்பதற்குக் காரணம் ஃபேரேஸ். ஏகப் பட்ட கடன், பொருளாதார நெருக்கடி. இதைத் தட்டிக்கேட்ட ஆயிரக் கணக்கான பல அப்பாவி மக்களை அவர் கொன்று குவித்துள்ளார். இந்த எதேச்சதிகார அரசாங்கத்தின் போக்கைக் கண்டிக்கும் விதமாக, நாளை மாபெரும் போராட்டம் ஒன்றை நடத்த உத்தேசித்துள்ளோம். இது மக்களுக்கான போராட்டம். எனவே, மக்கள் யாவரும்

ஒன்றிணைந்து தங்கள் எதிர்ப்பைத் தெரிவிக்குமாறு கேட்டுக்கொள் கிறோம், நன்றி!'

எத்தனை முக்கியமான அறிவிப்பு! நேரத்துக்கு வெளியிட்டால்தானே மக்களின் ஆதரவு கிடைக்கும்? மக்களின் ஆதரவு கிடைத்தால்தானே எதிர்ப்பில் கூடுதல் வலிமை பிறக்கும்?

கஷ்டம்தான். சிரமம்தான். நம்பிக்கைத் துரோகம்தான். அதற்காக என்ன செய்வது? வண்டியை எடுத்துக்கொண்டு வீட்டுக்குத் திரும்பி விட முடியுமா? திட்டத்தைக் கைகழுவிவிட முடியுமா?

கைகளைத் தட்டி அனைவரையும் அழைத்தார் சாவேஸ்.

'நண்பர்களே, கவலைப்படாதீர்கள். நாம் தொடர்ந்து முன்னேறு வோம்!'

'அதெப்படி? உதவி செய்ய யாருமே இல்லையே? தனியாளாக போராட முடியுமா?' என்றார் அருகில் இருந்தவர்.

'நிச்சயம் முடியும். ராணுவத்தைச் சாய்க்க நாம் மட்டுமே போதும். மிகப் பெரிய பாடத்தை நான் இப்போது படித்திருக்கிறேன். பிற இயக்கத்தினரின் உதவியை இனி நாம் நாடக் கூடாது. யாரையும் எதிர்பார்க்கக் கூடாது. முடிந்தால் தனியாகச் செய்ய வேண்டும். இல்லையென்றால் சும்மா இருக்க வேண்டும்.'

இருக்கும் படை பலத்தைக் கொண்டு எப்படியாவது ராணுவத்தை முறியடித்துவிடலாம் என்றுதான் சாவேஸ் நினைத்தார்.

அவர்கள் முன்னேறினார்கள்.

தனித்தனிப் பிரிவுகளாகப் பிரிந்தனர். எந்தெந்த இலக்குகளை யார் யார் தாக்கவேண்டும் என்று தெளிவாகச் சொல்லப்பட்டிருந்தது. விடிவதற்கு முன்னால் தாக்குதலைத் தொடர்வதுதான் திட்டம்.

வெலன்சியா (Valencia), மாராகைபோ (Maracaibo), மராக்கே (Maracay). மூன்று முக்கியப் பகுதிகளும் கைப்பற்றப்பட்டன. அடுத்து காராகாஸ். எப்படியாவது இதையும் கைப்பற்றிவிட்டால் போதும். சாவேஸ் தொடர்ந்து முன்னேறிக்கொண்டிருந்தார். அவருடன் இருந்த அத்தனை பேரும் மிகவும் கடுமையாகப் போராடினார்கள்.

நேரம் செல்லச் செல்ல, பாதுகாப்புப் படையினரின் கை மேலோங்கி வருவதை சாவேஸ் கண்டுகொண்டார். MBR 200 இயக்கத்தினர் பலர் அவரது கண்கள் முன்பாகவே சுருண்டு விழுந்தனர். இழப்பு அதிகரித்துக்கொண்டே வந்தது. எஞ்சியிருந்தவர்கள் யாரும் பயந்து பின்வாங்கிவிடவில்லை.

இந்தத் தாக்குதல் முயற்சி தோல்வியடைந்து கொண்டிருக்கிறது என்பதை சாவேஸ் விரைவில் புரிந்துகொண்டார். அவரது ஊகம் சரியாக இருந்தது.

ஒரு நிமிடம் கண்களை மூடி யோசித்தார் சாவேஸ். என்ன செய்வது? தொடர்ந்து போராடத்தான் வேண்டுமா? வெற்றி உறுதி என்றால் போரிடலாம். ஆனால் வெற்றிக்கான சாத்தியம் இருப்பதாகத் தெரிய வில்லை. தாக்குதலை நிறுத்திவிட்டால் என்ன ஆகும்? முதலில் அவமானம். தோல்வி ஏற்படுத்தும் அவமானம். இதைச் சமாளித்து விடலாம். போராட்டத்தில் பங்கேற்காத Carco R போன்றவர்கள் ஏளனம் பேசுவார்கள். 'பார்த்தாயா, நான்தான் அப்போதே சொன்னேனே!' என்று சிரிப்பார்கள்.

ஆயினும் பாதகமில்லை. பின் வாங்கிவிடலாம். போராட்டத்துக்கு நடுவே சாவேஸ் முடிவெடுத்தார்.

'நண்பர்களே! போராட்டத்தைக் கைவிடுங்கள்.'

அவர் சொல்வதை முதலில் யாரும் சரியாகப் புரிந்துகொள்ளவில்லை. தொடர்ந்து முன்னேறிக்கொண்டிருந்தார்கள். சுட்டுக் கொண்டிருந் தார்கள்.

சாவேஸ் சத்தம் போட்டுக் கத்தினார்.

'போரிடுவதை நிறுத்துங்கள். நாம் சரணடையப்போகிறோம்.'

எஞ்சியிருந்த ஒட்டுமொத்த MBR 200 வீரர்களையும் சரணடையச் செய்து தானும் சரணடைந்தார் சாவேஸ்.

அன்றைய தினம் டிவி கேமராக்கள் அவரை விழுங்கிக்கொண்டிருந்தன. வெனிசுலாவின் பிற பகுதிகளில் போராடிக்கொண்டிருந்த இயக்கத் தினர், தாக்குதலைக் கைவிடவேண்டும் என்று கேட்டுக்கொண்டார். தன் சொல்லுக்கு மதிப்பளித்து, போராட்டத்துக்கு ஆதரவளித்த வெனிசுலா மக்களுக்கு நன்றி தெரிவித்தார்.

இறுதியாக அவர் சொன்னது இதைத்தான்.

'நான் சரணடைந்துவிட்டேன்' - சிறிது இடைவெளி விட்டு முடித்துக் கொண்டார் - 'இப்போதைக்கு!'

•

ஒரே இரவு. நாடு முழுவதுமும் சாவேஸ் பிரபலமாகிவிட்டார். சந்து பொந்துகளில் உள்ள மக்கள் அனைவரும் சாவேஸின் பெயரை

நம்பிக்கையுடன் உச்சரிக்கத் தொடங்கியது அன்றுதான். நமக்காகத்தான் இவர் போராடுகிறார், நமக்காகத்தான் இவர் சரணடைந்திருக்கிறார்.

இதே காரணத்துக்காக, சாவேஸ் கடுமையாக விமரிசிக்கப்பட்டார். இன்னும் கொஞ்சம் மெனக்கெட்டிருந்தால் வெற்றி கிடைத்திருக்கும் என்று இயக்கத்தைச் சேர்ந்தவர்கள் குறைபட்டுக்கொண்டார்கள்.

யேர் (Yare) சிறைச்சாலைக்கு அனுப்பப்பட்டார் சாவேஸ். MBR 200 இயக்கத்தைச் சேர்ந்தவர்கள் அத்தனை பேரும் சிறையில் அடைக்கப் பட்டனர்.

ஒரு நாள் சிறைச்சாலையில் அசதியின் காரணமாக சாவேஸ் படுத்துக் கொண்டிருந்தார். அப்போது சிறையில் இருந்த நான்கு படை வீரர்கள் பேசிகொண்டிருந்தார்கள்.

'மனைவியையும் குழந்தைகளையும் அம்போவென்று விட்டுவிட்டு இங்கே வந்து மாட்டிக்கொண்டிருப்பதை நினைத்தால் மிகவும் வருத்தமாக இருக்கிறது.'

'என்ன செய்வது? எல்லாம் நம் நேரம்.'

'நம் தலைவர் சொன்னார் என்பதற்காக நாம் இத்தனை கஷ்டங்களுக்கு ஆளாக வேண்டுமா?'

சாவேஸால் அதற்குமேல் பொறுத்துக்கொள்ள முடியவில்லை. நேராக அவர்களிடம் நடந்து சென்றார்.

'நீங்கள் பேசிக்கொண்டிருக்கும் அந்தத் தலைவர் நான்தான்!'

ஒரு விநாடி அவர்கள் பேசவில்லை. பிறகு, ஒருவன் சாவேஸைப் பார்த்துச் சத்தம் போட்டுப் பதிலளித்தான்.

'நான் சொல்வதைக் கேளுங்கள். இந்தப் போராட்டம் எல்லாம் நமக்கு வேண்டாம். பேசாமல் வீட்டுக்குப் போங்கள். உங்கள் மனைவி, குழந்தைகளைப் பார்த்துக்கொள்ளுங்கள்.'

சாவேஸ் ஒன்றும் பேசாமல் திரும்பினார். இவர்களிடம் பேசிப் பிரயோஜனமில்லை.

மற்றொருபுறம், சாவேஸின் கைது ராணுவத்தினரின் மத்தியில் சலசலப்பை ஏற்படுத்தியது. முக்கிய அதிகாரியாக அவர்களுடன் பணி யாற்றிய ஒரு நபர், அரசாங்கத்துக்கு எதிராகப் போராடத் துணிந்தது அவர்களை அதிர்ச்சியடைய வைத்தது. சாவேஸுக்குத் தெரிந்தவர்கள், அவருடன் பழகியவர்கள் யார் யார் இருக்கிறார்கள் என்று பார்த்துப்

பார்த்து அவர்களைப் பணியிலிருந்து தூக்கினார்கள். நிறைய ஆள்களை இடம் மாற்றினார்கள்.

சிறையில் இருந்த சாவேஸ், நடந்து முடிந்த சம்பவங்களை அசை போட்டுக்கொண்டிருந்தார். தன்னுடைய இயக்கம் தோல்வியையத் தழுவியதன் காரணம் என்று இரண்டு விஷயங்களை அவரால் அனுமானிக்க முடிந்தது.

ஒன்று மக்களின் ஆதரவு. இவர்களாகவே சிந்தித்தார்கள். இவர்க ளாகவே ஆயுதம் தூக்கினார்கள். இவர்களாகவே போராட முடி வெடுத்துவிட்டார்கள். ஃபேரேஸை ஆட்சியிலிருந்து அகற்றவேண்டும் என்பதற்காகத்தான் இந்தத் தாக்குதல் முயற்சி. சரி. அரசாங்கத்தைக் கவிழ்த்துவிட்டு அடுத்து என்ன செய்வது? புரட்சிகர அரசாங்கத்தை நிறுவவேண்டும் இல்லையா? லெனின் செய்தது இதைத்தான். காஸ்ட்ரோ செய்தது இதைத்தான். மாவோ செய்ததும் இதைத்தான்.

ஒரு விஷயம். ரஷ்யா, க்யூபா, சீனா போன்ற நாடுகளில் புரட்சி அரசாங்கம் நிறுவப்பட்டது, முழுக்க முழுக்க மக்களின் ஒத்துழைப் பினால். தலைவர்கள் இருந்தார்கள். ஆனால் அவர்கள் மக்களை வழி நடத்துபவர்களாக இருந்தார்கள். ஜார் வம்சத்தை வேரோடு அகற்று வதிலும் சரி, பாடிஸ்டாவின் அரசாங்கத்தைக் கவிழ்க்கும்போதும் சரி. மக்கள் உடனிருந்தார்கள். அது மட்டுமல்ல, அந்தப் போராட்டங்களில் தங்களைப் பிரிக்க முடியாதபடி இணைத்துக்கொண்டார்கள்.

சாவேஸ் நிதானமாக யோசித்தார். நாம் எப்பொழுதாவது மக்களைச் சென்று சந்தித்திருக்கிறோமா? மக்களின் ஆதரவை நாடியிருக் கிறோமா? மக்களுடன் நம்மை ஐக்கியப்படுத்தி இருக்கிறோமா? மீனுக்குத் தண்ணீர்; ராணுவத்துக்கு மக்கள். மாவோ சொன்னதுதானே! விழுந்து விழுந்து படித்தோமா இல்லையா? ஆனால் நடைமுறைப் படுத்தினோமா? பிப்ரவரி தாக்குதல் தோல்விக்கு மிகப் பெரிய காரணம் இதுதான்.

இரண்டாவது காரணம் ஆயுதப்போராட்டம். அதுதான் ஒரே தீர்வு என்ற முடிவுக்கு ஏன் வந்தோம்? யார் சொல்லி ஆயுதத்தைத் தூக்கினோம்? மக்கள் சொல்லியா? இல்லையே! மக்கள் எடுக்காத ஒரு முடிவை மக்கள் மீது திணிக்க முடியுமா?

மொத்தத்தில் தவறு யாரிடம்?

'என்னிடம்தான்!' தனக்குள் முணுமுணுத்துக்கொண்டார் சாவேஸ்.

1993-ல் தேர்தலுக்கான அறிவிப்பு வெளிவந்தபோது, சாவேஸ் அதிர்ந்துபோனார். காரணம், Causa R தேர்தல் களத்தில் குதித்திருந்தது.

அதிபர் பதவிக்குப் போட்டியிட்டவர் ரஃபேல் கால்டேரா (Rafael Caldera). அடிப்படையில் ஒரு பேராசிரியர். சட்டம், சமூகவியல் பாடங்கள் நடத்தி வந்தவர். அரசியல் ஆசை யாரை விட்டது? 1946-ல் அதிபர் பதவிக்குப் போட்டியிட்டார். தோல்வி. சும்மா விடுவாரா? எப்போதெல்லம் தேர்தல் அறிவிக்கிறார்களோ அப்போதெல்லாம் போட்டியிட மனு செய்தார். ஒரு முறையாவது மாட்டாதா என்ற நப்பாசை. 1968-ல் கால்டேராவின் ஆசை பூர்த்தியானது. 1974 வரை ஆசை தீர ஆட்சி செய்தார். மற்றபடி, சொல்லிக்கொள்ளும்படியாகப் பெரிதாக எதையும் இவர் சாதித்தது கிடையாது.

சாவேஸை அதிர்ச்சிக்குள்ளாக்கிய விஷயம் கால்டேரா தேர்தலில் நின்றது மட்டுமல்ல. அவரும் Causa R-ம் இணைந்து நடத்திய பிரசாரம். என்ன சொல்லி வோட்டு கேட்டார்கள் தெரியுமா? 'அன்புள்ள வெனிசூலா மக்களே! நாங்கள் உங்களுக்காகப் போராடவே பிறந்தவர்கள். அதிபர் ஃபேரேஸின் அராஜக ஆட்சியை ஆரம்பம் முதற்கொண்டே நாங்கள் கண்டித்து வருகிறோம். பிப்ரவரி 1992-ல் நாங்கள் நடத்திய வீரப் போராட்டத்தை நீங்கள் யாரும் மறந்திருக்க மாட்டீர்கள். உங்களுக்காகவே பாடுபட்ட எங்கள் அண்ணன், தானைத் தலைவர் சாவேஸ் அவர்கள் தற்போது சிறையில் வாடிக்கொண்டிருக் கிறார். அவருடைய ஆசி பெற்றவர்கள் நாங்கள். ஆகவே, உங்கள் பொன்னான வாக்குகளை...'

சுர்ரென்று கோபம் உச்சத்துக்கு ஏறியது சாவேஸுக்கு.

போராட்டத்துக்கு வா என்று அழைத்தபோது, வருகிறோம் என்று சொல்லிவிட்டு கடைசி நேரத்தில் கழுத்தறுத்தவர்கள் Causa R. இயக்கத்துக்காக இதுவரை ஒரு துரும்புகூடக் கிள்ளிப் போட்டது கிடையாது. அப்படி இருக்க, என்னுடைய பெயரை இவர்கள் எப்படி இழுக்கலாம்? நான் அவர்களைச் சார்ந்தவர்தான் என்று எப்படிச் சொல்லலாம்? போராட்டத்தில் கொல்லப்பட்ட அத்தனை வீரர்களின் மரணத்தையும் களங்கப்படுத்தும் முயற்சிதானே இது? உயிரைவிட்டுப் போராடியவர்கள் சிறையில் வாடிக்கொண்டிருக்கும்போது, ஒன்றுமே செய்யாமல் காற்று வாங்கியவர்கள் எங்கள் பெயரைச் சொல்லி வோட்டுக் கேட்பது அநாகரிகத்தின் உச்சம் என்பதைத் தவிர வேறென்ன?

ஒரு யோசனை தோன்றியது. சற்றே தோழமை உணர்வுடன் நடந்து கொண்ட சில சிறை அதிகாரிகளிடம் பேசினார். 'ஓர் அறிவிப்பு தயார் செய்து தருகிறேன். அதை உடனடியாகப் பத்திரிகையில் போட முடியுமா? செலவுக்கான பணத்தை நாங்களே கொடுத்துவிடுகிறோம்!'

அவர்கள் சம்மதித்ததும், அவசர அவசரமாக ஓர் அறிவிப்பைத் தயார் செய்தார். 'எனது பெயரையும் எங்களது இயக்கத்தின் பெயரையும் பயன்படுத்தி, சில கொள்ளைக் கும்பல்கள் வோட்டு வேட்டை நடத்திக் கொண்டிருக்கின்றன. அவர்களை யாரும் நம்பவேண்டாம். எங்களுக்கும் அவர்களுக்கும் குந்துமணி அளவுக்கும் சம்பந்தம் கிடையாது.'

அந்த அறிவிப்பை இப்படி முடித்துக்கொண்டார் சாவேஸ். 'MBR 200 இப்போதைக்குத் தேர்தலில் பங்கேற்காது. ஆனால், வெனிசூலாவுக்காக எப்போதும் போராடிக்கொண்டிருக்கும்.'

சாவேஸின் அறிக்கை, எந்த அளவுக்கு மக்களிடையே பாதிப்பை ஏற்படுத்தியது என்று தெரியவில்லை. ஆனால், கால்டேராவின் அநியாயப் பிரசாரத்துக்கு மக்களிடையே ஆதரவு பெருகி வந்தது உண்மை.

மனமுடைந்து போனார் சாவேஸ். அவருடைய கண் பார்வை மங்கலாகிக் கொண்டே வந்தது. சிறையில் வைத்தே வைத்தியம் பார்த்தார்கள். ஆனால், பெரிதாக முன்னேற்றம் எதுவும் இல்லை. நிலைமை மோசமாகிக்கொண்டே வந்தது. ஒரு கட்டத்தில், அவரது கண்களுக்கு ஏற்பட்ட பாதிப்பு நிரந்தரமாகிப் போனது.

இதைவிட அவரை அதிகம் பாதித்த விஷயம், 1994-ல் கால்டேராவுக்குக் கிடைத்த வெற்றி.

●

ஆட்சியைப் பிடித்துக்கொண்ட கால்டேரா, உருப்படியாகச் செய்த விஷயங்கள் இரண்டு. ஒன்று, ஃபேரேஸின் மீது ஊழல் குற்றச்சாட்டுச் சுமத்தி அவரைச் சிறையில் தள்ளினார். இரண்டு, சாவேஸை விடுதலை செய்தார். அவர் இந்த இரண்டு விஷயங்களையும் சும்மா செய்துவிடவில்லை. ஃபேரேஸை அவர் சிறையில் தள்ளியதன் காரணம், 'குற்றவாளி முன்னாள் அதிபராகவே இருந்தாலும், சட்டம் தன் கடமையைச் செய்யும்!' என்பதை மக்களுக்கு உணர்த்த. இதன் மூலம் அவருக்கு நல்ல பெயர் கிடைக்கும்.

சாவேஸை விடுதலை செய்ததன் காரணம், தாம் தேர்தலில் பெற்ற வெற்றி. சாவேஸின் பெயரைச் சொல்லித்தான் ஓட்டு கேட்டார்கள். அவர் பெயரைச் சொல்லித்தான் ஜெயித்தார்கள். எனில், அவரை உள்ளே வைத்திருந்தால் அது முரண்பாடாகத் தோன்றும் அல்லவா?

சாவேஸை விடுவித்துவிட்டாரே தவிர, உள்ளுக்குள் நடுங்கிக் கொண்டுதான் இருந்தார் கால்டேரா. முந்தைய அரசாங்கத்தை எதிர்த்துப் போராடத் தெரிந்த ஒருவருக்கு, தற்போதைய அரசாங்கத்தை

எதிர்க்கத் தெரியாதா? மீண்டும் சாவேஸ் ஆயுதம் தூக்க மாட்டார் என்று என்ன நிச்சயம்? மீண்டும் ஒரு கெரில்லா போராட்டத்தைத் தொடங்க மாட்டார் என்று என்ன நிச்சயம்?

இந்த விஷயத்தில், கால்டேரா முழுக்க முழுக்க நம்பியிருந்தது தனது ராணுவத்தைத்தான். ராணுவம் ஒழுங்காக இருந்தால்தான் புரட்சியை எதிர்க்க முடியும். ராணுவம் சரி. ஆனால் ஆள்கள்? வேண்டாம். பழைய ஆள்கள் வேண்டாம். ராணுவப் புரட்சிக்குத் துணை போகும் ஆள்கள் இருந்தாலும் இருப்பார்கள்.

கால்டேரா தனது வேலையை ஆரம்பித்தார். பணியில் இருந்த அத்தனை உயர் அதிகாரிகளுக்கும், ஒன்றாம் தேதிக்கு முன்பாகவே சம்பளம் கொடுத்து வீட்டுக்கு அனுப்பினார். தனது மாப்பிள்ளை ரோஜாஸ் பெரேஸ் (Rojas Perez) என்பவரை உச்சத்தில் கொண்டு வைத்தார். எதற்காக இப்படிச் செய்கிறீர்கள் என்று கேட்டபோது, அவர் அளித்த பதில் - 'அப்போதுதான் என்னால் ராத்திரி நிம்மதியாகத் தூங்க முடியும்.'

●

சிறையைவிட்டு வெளியே வந்ததும் வராததுமாக, இயக்கத்தைப் பற்றி சிந்திக்க ஆரம்பித்துவிட்டார் சாவேஸ். நண்பர்களைச் சந்தித்தார். வெனிசுலாவில் நடந்துவரும் மாற்றங்களைக் கேட்டறிந்தார். அடுத்த கட்டத்தை நோக்கி அவர் நகர ஆரம்பித்துவிட்டார் என்பதை நண்பர்கள் புரிந்து கொண்டனர்.

'இனி என்ன செய்யப்போவதாக உத்தேசம் சாவேஸ்?'

'இதற்கு முன்னால் நாம் செய்யாத பல விஷயங்களை இனி செய்யப் போகிறோம்.'

இந்த முறை சாவேஸின் அணுகுமுறை முற்றிலுமாக மாறியிருந்தது. போராட்டம், புரட்சி, ஆயுதம் என்று உணர்ச்சி பொங்கத் திட்டம் போடவில்லை அவர். அடுத்த இலக்கு என்ன என்று வரைபடத்தை விரித்து வைத்து உட்கார்ந்துவிடவில்லை.

அமைதியாக இருந்தார். லத்தீன் அமெரிக்காவின் வரலாற்றை ஊன்றி வாசிக்க ஆரம்பித்தார். வெனிசுலாவின் கிராமப்புறங்களைப் பற்றியும் நகர்புறங்களைப் பற்றியும் ஆழமாகப் படிக்க ஆரம்பித்தார்.

உலகெங்குமுள்ள அரசாங்க அமைப்பு முறைகளை விரிவாக ஆராய்ந்தார். நாடாளுமன்ற முறைகளை, தேர்தல் நடத்தும் வழிமுறைகளை ஆராய்ந்தார். குறிப்பாகக் கொலம்பியா பாராளு மன்றத்தைச் சேர்ந்த நபர்களை தேடிப் பிடித்து சந்தித்தார்.

கொலம்பியாவில் புதிதாக என்னென்ன செய்கிறார்கள் என்று கேள்விகள் கேட்டுத் துளைத்தார்.

கொலம்பியா மீது சாவேஸுக்கு ஏற்பட்ட திடீர் காதலுக்குக் காரணம் இருக்கிறது. வெனிசூலாவுக்குப் பக்கத்து தேசம். வெனிசூலாவைப் போலவே நிறைய பிரச்னைகள் சூழ்ந்துள்ள நாடு. 1990-ல் கொலம்பியா வோட்டுப் போட்டு ட்ரூஜிலோவை அதிபராக நியமித்தது. அவருக்கு முன்னால் அதிபர் தேர்தலில் போட்டியிட்ட மூன்று பிரதிநிதிகளையும், மாஃபியாக்கள் அடுத்தடுத்து சுட்டுக் கொன்றிருக்கின்றனர். அதிபர் என்று ஒருவர் பெயருக்கு இருந்தாலும், நாடு இவர்களது கோட் பாக்கெட்டில் தான் இருக்கும். போதைக் கடத்தல்காரர்களின் தாயகம் கொலம்பியா. அப்படியும் அங்கே ஓர் ஆட்சி மாற்றம் நடந்திருக்கிறது. வியப்புதான்.

விஷயம் அதுவல்ல. ஆச்சரியமளிக்கக்கூடிய ஒரு புதிய வேலையை அந்தப் புதிய அரசாங்கத்தினர் செய்திருக்கிறார்கள். கொலம்பியா அரசியலமைப்புச் சட்டத்தை அவர்கள் மீண்டும் எழுதியிருக்கிறார்கள். 1991-ல் தொடங்கி இந்தப் புதிய அரசியல் அமைப்புச் சட்டம் அமலுக்கு வந்துவிட்டது. பல்வேறு சீர்திருத்த அம்சங்களை உள்ளடக்கியதாக இந்தப் புதிய சட்டம் இருந்தது. சட்டம், அரசியல், பொருளாதாரம் உள்ளிட்ட பல்வேறு முக்கியத் துறைகளைப் புதுப்பிக்கும் வகையில் அமைந்திருந்தது. இப்படி ஒரு மறுமலர்ச்சிதானே வெனிசூலாவுக்கு வேண்டும். அரசியலமைப்பு, தேர்தல்முறை, சட்டம். இவைதானே அடிப்படைகள். இவற்றைத்தானே மாற்றியமைக்க வேண்டும்? சரி.

இனி, ஆயுதப்போராட்டம் வேலைக்கு ஆகாது. MBR 200 தலைவர்கள் பலர் இன்னமும் சிறையில்தான் இருக்கிறார்கள். கணிசமான ஆள்கள் சிதறிப் பிரிந்துவிட்டனர். தவிரவும், அரசாங்கம் இப்போது கூடுதல் விழிப்புடன் இருக்கிறது. மீண்டும் ஒரு கெரில்லா தாக்குதலுக்கு வாய்ப்பே இல்லை.

ஆக, தேர்தல்தான் ஒரே வழி. தேர்தலில் வெற்றிபெற வேண்டுமானால், மக்களைச் சந்திக்கவேண்டும். மக்களைப் புரிந்துகொள்ளவேண்டும்.

இயக்கத்தினரை அழைத்தார் சாவேஸ். வெனிசூலா வரைபடத்தைப் பிரித்து வைத்துக்கொண்டார். கிழக்குப் பகுதி, மேற்குப் பகுதி, மத்தியப் பகுதி என்று மூன்றாகப் பிரித்தார். ஒவ்வொரு பகுதிக்கும் தனித்தனி குழு. ஒரு சந்து, பொந்து விடாமல் முழுப் பகுதியையும் சுற்றவேண்டும். சுற்றவேண்டும் என்றால் ஜீப்பில் உட்கார்ந்து ஸ்பீக்கரை அலறவிட்டு, கை கும்பிட்டபடியே வோட்டுக் கேட்பது அல்ல.

ஒவ்வொரு வீட்டின் கதவையும் தட்ட வேண்டும். வீட்டிலுள்ள ஒவ்வொருவரிடமும் பேசவேண்டும். விற்பனைப் பிரதிநிதிகள்

செய்கிறார்களே அப்படி. மாணவர்கள், வயதானவர்கள், வேலைக்குப் போகிறவர்கள், வீட்டில் இருப்பவர்கள் அத்தனை பேரையும் தனித் தனியே சந்திக்கவேண்டும். மாடி வீடு, குடிசை, அபார்ட்மெண்ட். எல்லாவற்றையும் ஒன்று போலவே நடத்தவேண்டும்.

'அத்தனை பெரிய நாட்டைச் சுற்றி வருவது சாமானிய காரியமா? இது நேரம் பிடிக்கிற வேலை இல்லையா?'

'ஆமாம், நேரம் பிடிக்கிற வேலைதான். அதனாலென்ன செய்யுங்கள்!'

'ஒவ்வொருவரையும் சந்தித்து வெட்டிக்குப் பேசிக்கொண்டு இருந்தால் தேர்தல் வேலைகளை யார் செய்வார்கள்?'

'ஐயா, நீங்கள் இப்போது செய்யப் போவதுதான் தேர்தல் வேலை. இதைவிட முக்கியமான வேலை வேறு ஒன்றும் இல்லை.'

மக்களைச் சந்திக்கிறோம் சரி. பேசப் போகிறோம் சரி. என்ன பேசப்போகிறோம்? எல்லோரையும் உட்காரவைத்து விலாவரியாகச் சொல்லிக் கொடுத்தார் சாவேஸ்.

மக்களின் வாழ்க்கை நிலையை ஆராயுங்கள். அவர்களுடைய வீடுகளை ஆராயுங்கள். அவர்களுடைய பொருளாதார நிலைமையைத் தெரிந்து கொள்ளுங்கள். அவர்களுடைய அரசியல் உணர்வுகளைக் கண்டறியுங்கள். அவர்களுடைய அடிப்படைப் பிரச்னை என்ன? அரசாங்கத்திடமிருந்து அவர்கள் எதிர்பார்ப்பது என்ன?

MBR 200 என்னும் பெயரில் ஓர் இயக்கம் இயங்கி வருவதை அவர்கள் அறிவார்களா? அறிவார்கள் என்றால் எப்படி? யார் மூலமாக? எத்தனை காலமாக? அறிந்திருக்கிறார்கள் என்றால் அந்த இயக்கம் எதற்காகத் தோற்றுவிக்கப்பட்டது? அதன் லட்சியம் என்ன என்பது போன்ற விஷயங்கள் அவர்களுக்குத் தெரியுமா? சமீபத்தில் அவர்கள் நிகழ்த்திய ஆயுதப் போராட்டங்களைப் பற்றி என்ன நினைக்கிறார்கள்? வெனிசூலாவை விடுவிக்க எது சரியான வழி? ஆயுதப் போராட்டமா அல்லது தேர்தலா?

ஹியூகோ சாவேஸை அவர்களுக்குத் தெரியுமா? எந்த அளவுக்கு? அவரைப் பற்றி என்ன நினைக்கிறார்கள்? அதிபர் பதவிக்குப் போட்டி யிட அவர் சரியான நபர்தானா? ஒருவேளை அவர் போட்டியிடும் பட்சத்தில், அவருக்கு வாக்களிக்கத் தயாராக இருக்கிறார்களா?

இவ்வளவு விஷயங்களையும் அவர்கள் கேட்க வேண்டும். எல்லா கேள்விகளுக்கும் விடை வேண்டும். எதையும் விட்டுவிடக்கூடாது. அசட்டையாக இருந்துவிடக் கூடாது. இது ஓர் ஆராய்ச்சி. இந்த

ஆராய்ச்சியின் முடிவு வெனிசூலாவின் எதிர்காலத்தை நிர்ணயிக்கப் போகிறது. எனவே ஜாக்கிரதை!

தெருத் தெருவாக சுற்றத் தொடங்கினார்கள். சாவேஸும் சுற்றினார். 1996, 1997. இரண்டு ஆண்டுகள். வேறு எதைப் பற்றியும் சாவேஸ் சிந்திக்கவில்லை. சுற்றிக்கொண்டே இருந்தார்.

ஒரு கம்ப்யூட்டர் வாங்கி வந்து இயக்கத்தினர் சமர்ப்பிக்கும் குறிப்பு களைப் பதிவு செய்துகொண்டார். மக்களின் அடிப்படைப் பிரச்னைகள் வெளிச்சத்துக்கு வந்தன. தவறான அரசாங்க திட்டங்களால் மக்கள் எந்த அளவுக்குப் பாதிப்படைந்துள்ளனர் என்பதை நேரடியாகக் காணும் வாய்ப்பு கிடைத்தது.

மிக முக்கியமாக, சாவேஸ் தெரிந்துகொள்ள வேண்டிய கேள்விக்கு விடை கிடைத்தது. 'சாவேஸ் அதிபர் தேர்தலில் போட்டியிடலாம்!' என்று 70 சதவிகித மக்கள் தெரிவித்தனர். 'சாவேஸ் போட்டியிட்டால், நிச்சயம் என் ஓட்டு அவருக்குத்தான்!' என்று 57 சதவிதத்தினர் உறுதியளித்தனர். போதாது?

ஆக, தேர்தலைச் சந்திப்பதுதான் சிறந்த வழி. சிறந்த வழி மட்டுமல்ல, ஒரே வழியும் கூட.

தனது முடிவை இயக்கத்துக்கு அறிவித்தார் சாவேஸ். இயக்கத்தின் பெயரை Fifth Republic Movement என்று மாற்றினார். ஆயுதப் போராட்டத்தில் மட்டுமே நம்பிக்கை கொண்டிருந்த பலருக்கு இந்த முடிவில் திருப்தியில்லை. வெளியேறிவிட்டார்கள். நன்றாக வளர்ந்து கொண்டிருந்த ஓர் இயக்கத்தை சாவேஸ் கெடுத்துவிட்டார் என்று அவர்கள் குற்றம் சாட்டினார்கள்.

உண்மையில் சாவேஸ், தனது இயக்கத்தின் படை பலத்தைக் குறைத்து விடவில்லை. ராணுவத்தைக் கலைத்துவிடவுமில்லை. ஒரு ராணுவ அதிகாரியாக நீண்ட காலம் பணிபுரிந்த அவருக்கு ராணுவத்தின் அவசியம் தெரியாதா? அவரது முடிவு இதுதான். ஆயுதப் போராட்டம் வேண்டாம். ஆனால் ஆயுதங்கள் வேண்டும். ராணுவ ஆட்சி கவிழ்ப்பு வேண்டாம். ஆனால் ராணுவம் வேண்டும். இயக்கத்துக்குப் பக்க பலமாக. மக்களுக்குச் சேவை செய்ய. ஒரு பாதுகாப்புக்காக.

பொலிவரின் புரட்சிகரக் கருத்துகளின் அடிப்படையில் தேர்தலுக்கான கட்சி அறிக்கை தயாரிக்கப்பட்டது. தேர்தல் பரபரப்பு தொடங்கியது.

●

டிசம்பர் 6, 1998 அன்று தேர்தல் நடைபெற்றது. 56% வாக்குகள் அவர் பெயரில் பதிவாகி இருந்தன. பிப்ரவரி 2, 1999 அன்று வெனிசுலாவின் ஜனாதிபதியாகப் பொறுப்பேற்றுக்கொண்டார் சாவேஸ்.

மக்கள் முன்னால் தோன்றினார். ஒரு பாடலுடன் தமது உரையைத் தொடங்கினார்.

'இன்று போர் தொடங்குகிறது. இந்தப் போர் லத்தீன் அமெரிக்க மண்ணில் அராஜகமாகக் குடியேறிய ஐரோப்பிய, அமெரிக்க, கரீபிய ஆட்சியாளர்களுக்கு எதிரானது. இந்தப் போரில் மடிவதைத் தவிர வேறு வழியில்லை. இனி பணிந்து போவது இயலாது. வெனிசுலாவின் இந்தப் புரட்சிகர மாற்றம் ஒட்டுமொத்த லத்தீன் அமெரிக்கப் புரட்சிக்கும் முன்னோடியாகத் திகழும். தன்மானத்துடன் கூடிய சமாதானத்துக்கான போராட்டம் இது!'

5. மந்திரச்சொல் : பொலிவர் 2000

ஹியூகோ சாவேஸ், வெனிசுலா தேசத்தின் அதிபர். அலங்காரமான பதவி. அலங்காரமான வரவேற்புகள். பத்திரிகையாளர்கள், வீடியோ காமிராக்கள், பூச்செண்டுகள், பரிசுகள். புதிய அதிபரைக் காண, திரள் திரளாகக் கூடும் மக்கள். எங்கு திரும்பினாலும் உற்சாக மழை. எல்லாவற்றையும் பெருமிதத்துடன் ஏற்றுக்கொண்டார் சாவேஸ். உற்சாகமாக அவைருக்கும் கை அசைத்தார்.

சாயந்திரம் எல்லாம் முடிந்து, மாலையைக் கழற்றி வைத்துவிட்டு நேராக அலுவலகத்துக்குச் சென்றார். வேறு வகையான வரவேற்புகள் அங்கு காத்திருந்தன. மக்கள் என்னவோ அதிபராகத் தேர்ந்தெடுத்து விட்டார்கள். ஆனால், அலுவலகத்தில் மற்றவர்கள் யாரும் பெரிதாக அலட்டிக்கொண்டதாகத் தெரியவில்லை.

முதல் நாள். அலுவலகக் கோப்புகளைத் திறந்தார். முதலில் அவர் பார்க்க விரும்பியது எண்ணெயின் கொள்முதல் விலையை. எண்ணெய் இல்லாவிட்டால் வெனிசுலாவின் பொருளாதாரம் இல்லை. வெனிசுலாவே இல்லை.

விலையைப் பார்த்தார். அதிர்ந்தே போனார். ஒரு பீப்பாய் ஏழு டாலர். கட்டுப்படியாகுமா? இப்படி இருந்தால் பொருளாதாரம் எப்படி எழுந்து நிற்கும்? படுத்துக் கிடக்கவே செய்யும். ஒரு பிட்ஸா, ஒரு ஹாம்பர்கர், ஒரு நியூ யார்க் டைம்ஸ் - இந்த மூன்றுக்கும் சேர்த்து ஓர் அமெரிக்கன் செலவழிக்கும் தொகை ஏழு டாலர். இதே தொகையைச் செலவழித்து, அவனால் ஒரு பேரல் வழிய வழிய எண்ணெய் வாங்க முடியும். இதுதான் நிலைமை. இந்த விலைக்கு எண்ணெய் விற்க முடியுமா? சம்பந்தப்பட்ட அதிகாரியை அழைத்துப் பேசினார். 'பணவீக்கம், அமெரிக்கா, பெட்ரோல் கிணறு, டாலர்' என்று அவர் எதையோ உளறிக்கொட்டினால். சரி, அது இருக்கட்டும். பிறகு

நிதானமாகப் பார்த்துக்கொள்ளலாம். இது பெரிய வேலை. இப்போது தொட்டால் சரி வராது.

அதற்கு முன்னால் நிதி ஆதாரங்களை ஆராய்ந்துவிடலாம். கஜானாவைத் திறந்து பார்த்தார். உள்ளே பூனை படுத்துத் தூங்கிக் கொண்டிருந்தது. பைசா இல்லை.

அதிகாரிகளை அழைத்தார்.

'பட்ஜெட், பட்ஜெட் என்று சொல்வார்களே! அப்படி ஒரு சமாசாரம் இங்கே எங்காவது இருக்கிறதா?'

'தேடிப்பார்த்தா கிடைக்கும் ஸார்.'

'அரசாங்க ஃபைல் ஒன்றைக்கூடப் பார்க்க முடியவில்லையே! தகவல்கள் வேண்டும் என்றால் நான் எங்கே சென்று தேடுவது?'

'இங்கே யாரும் ஃபைல் எல்லாம் வச்சிக்கறது இல்லை ஸார்.'

தலையில் கை வைத்து உட்கார்ந்து விட்டார் சாவேஸ். ஆவணங்கள் இல்லாமல் ஓர் அலுவலகமா? அதுவும் அரசாங்க அலுவலகம்! எங்கெங்கே என்னென்ன இருக்கிறது என்றே தெரியவில்லை. எந்தெந்தத் துறைகள் எப்படி எப்படிச் செயல்படுகின்றன என்று பார்க்க முடியவில்லை. அதிகாரிகளைக் காணவில்லை. வெளியே டீ குடிக்கப் போயிருக்கிறார்களா அல்லது லீவா அல்லது வேலையை விட்டு நின்று விட்டார்களா என்றே தெரியவில்லை.

மதிய உணவு நேரம் நெருங்குவதற்குள் ஓர் அவசர நெருக்கடி. நான்கு பேர் அரக்கப்பரக்க ஓடி வந்தார்கள். அரசாங்க அதிகாரிகளுக்குச் சம்பளப் பட்டுவாடா செய்யவேண்டிய நேரம் நெருங்கிவிட்டது. கையில் பைசா கிடையாது. என்ன செய்வது? ஒருவருக்கும் தெரியவில்லை. சாவேஸ் ஒரு மாற்று யோசனை சொன்னார். 'வேறொரு அரசாங்கத் துறைக்குச் சொந்தமான கஜானாவிடமிருந்து கொஞ்சம் பணத்தை எடுத்து இங்கு மாற்றிக்கொள்ளுங்கள்.'

சரி என்று தலையை ஆட்டிவிட்டு நகர்ந்து போனார்கள். இரண்டு நாள்கள் கழித்துத் திரும்பி வந்தார்கள். அதிபரின் கையெழுத்து வேண்டுமாம். எதையும் முறைப்படிதான் செய்வார்களாம். முதலில் ஒரு ஆவணத்தை நீட்டினார்கள். கையெழுத்துப் போட்டுக் கொடுத் தார். அடுத்தது, இன்னொன்று. அடுத்து இன்னொன்று. குறைந்தது ஐம்பது இடங்களில் கை வலிக்கக் கையெழுத்து போட்ட பிறகு, நிமிர்ந்து பார்த்தார். இன்னொரு கட்டு தஸ்தாவேஜுகளைக் கொண்டு வந்து இறக்கினார்கள்.

'இப்போதுதானே கையெழுத்துப்போட்டேன். இது என்ன?' என்றார் சலிப்புடன்!

'ஒரு துறையிலிருந்து இன்னொரு துறைக்குப் பணத்தை மாற்றுவதற்குக் கையெழுத்து போட்டுவிட்டீர்கள். இரண்டாவது துறை அதைப் பெற்றுக்கொள்வதற்கு சில வழிமுறைகள் இருக்கின்றன. அதற்குத்தான் இரண்டாவது கட்டு டாக்குமெண்ட்ஸ்.'

குட்டி மலை போல் குவிந்து கிடந்தது அந்த இரண்டாவது கட்டு. ஒவ்வொரு பக்கமாகப் புரட்டி, எல்லா இடங்களிலும் கையெழுத்து போட்டு முடிப்பதற்குள் அன்றைய தினம் முடிந்துவிட்டது.

இவர்களை என்ன சொல்லி திருத்துவது?

அதிகாரம் உண்டு. ஆள்கள் இல்லை. வண்டி வண்டியாக திட்டம் இருக்கிறது. பொருளாதாரம் பூஜ்ஜியம். கனவுகள் நிறைய உண்டு. ஆனால் எதார்த்தம் படுத்தி எடுக்கிறது. ஒன்றுமில்லாத வீட்டை பெரிய பூட்டு வைத்துப் பூட்டி, அதன் சாவியைக் கையில் கொடுத்ததைப் போல் உணர்ந்தார் சாவேஸ்.

விநோதமான பிரச்னைகள் தினம் தினம் முளைத்துக்கொண்டிருந்தன. ஒரு சிறிய வேலையைக்கூட நினைத்த மாத்திரத்தில் செய்ய முடிய வில்லை. ஒரு டேபிளை நகர்த்தி ஜன்னலுக்குப் பக்கத்தில் போட வேண்டுமென்றாலும், குறைந்தது பத்து பேரைக் கூப்பிட்டு மீட்டிங் போட வேண்டும். பதினைந்து நாள்கள் காத்திருக்கவேண்டும். இவ்வளவு செய்தாலும் டேபிள் நகரும் என்று உறுதியாகச் சொல்வதற் கில்லை.

லஞ்சம். எதைச் செய்ய வேண்டுமானாலும் லஞ்சம். கீழ் மட்டத் திலிருந்து உயர் மட்டம் வரை. மந்திரிகள் முதல் கடைநிலை ஊழியர் வரை. பிறகு, ஊழல். ராணுவத்துக்கு நாலு டாங்கி வாங்கினோம், புதிதாக நூறு குப்பைத் தொட்டி வாங்கினோம் என்று இஷ்டத்துக்கு எதையாவது சொல்வார்கள். ஒன்று, தெரிந்தவர்களிடம் பேரம் பேசி வாங்கி பெருமளவு பணத்தை கையாடல் செய்திருப்பார்கள். அல்லது, டாங்கியும் வாங்க மாட்டார்கள், குப்பைத் தொட்டியும் வாங்க மாட்டார்கள். பணம் மட்டும் போயிருக்கும். பில், ஆடிட்டிங், அக்கவுண்டிங் எதுவுமே கிடையாது.

எந்த ஃபைலைக் கேட்டாலும் காணவில்லை என்றார்கள். தொலைந்து விட்டது என்றார்கள். அந்த ஃபைலா? அப்படி ஒன்று இங்கு இல்லவே இல்லையே என்றார்கள். சில முக்கிய அரசாங்க ஆவணங்கள் திடீரென்று எரிந்து போயின. விபத்து என்றார்கள். என்ன விபத்து? எப்படி ஏற்பட்டது? தெரியாது.

தொட்டதற்கெல்லாம் ரகசியம். உளவுத்துறையையே விஞ்சிவிடும்படி செயல்பட்டார்கள். யாரிடமும் பயமில்லை. சட்டம், காவல்துறை எதையும் பொருட்படுத்துவது கிடையாது.

மற்றொரு விஷயத்தையும் கண்டுகொண்டார் சாவேஸ். ஒரு பக்கம் பணம் இல்லை என்ற புலம்பல் பெருகிக்கொண்டிருந்தது. மற்றொரு பக்கம், ஊர் பேர் தெரியாத அமைப்புகளுக்கு மாதா மாதம் அரசாங்கத்தின் காசோலைகள் கூரியரில் சென்று கொண்டிருந்தன. யாருடைய அமைப்புகள் இவை? எதற்காக அரசாங்கம் இவர்களுக்கு நிதி வழங்குகிறது? தெரியாது.

'இந்த செக் யாருக்குப் போகிறது?'

'ஓர் ஆராய்ச்சி நிறுவனத்துக்கு!'

'அவர்கள் என்ன ஆராய்ச்சி செய்கிறார்கள்?'

'மக்காச்சோளத்தில் காணப்படும் ஒரு வகைப் பூச்சிகளைப் பற்றி ஆராய்கிறார்கள்.'

'ஆ! அதைக் கண்டுபிடித்து என்ன ஆகப்போகிறது?'

'பூச்சிகள் வராமல் தடுக்கலாமே!'

'எத்தனை ஆண்டுகள் இப்படித் தொடர்ந்து ஆராய்ச்சி செய்வார்கள்? இதுவரை உருப்படியாக அவர்களால் ஏதாவது பயன் இருந்திருக்கிறதா? சரி, வெனிசுலாவின் எந்தப் பகுதியில் அவர்கள் இயங்கிக் கொண்டிருக்கிறார்கள்?'

'இங்கு அல்ல, போர்த்துகீஸில்!'

சாவேஸுக்குத் தலை சுற்றாத குறை. 'போர்த்துகீஸ் மக்காச்சோள ஆராய்ச்சிக்கு வெனிசுலா பணமா?'

லெனின் பற்றிய ஒரு விஷயம் அவரது நினைவுக்கு வந்தது. புரட்சி முடிந்து ஜார் ஆட்சியைக் கவிழ்த்துவிட்டார்கள். ஜார் வம்சமே பூண்டோடு ஒழிந்துவிட்டது. ஆனால் இது நடந்து ஏழு ஆண்டுகள் ஆன பிறகும், சோவியத் முழுவதும் பரவியிருந்த ஜார் அரசாங்க மனோபாவத்தை மாற்ற முடியவில்லை. அதற்காக லெனின் பட்ட சிரமங்கள் கொஞ்ச நஞ்சமல்ல.

மாற்றுவதற்குத்தானே வந்தோம், மாற்றிவிடலாம் என்று தனக்குள் சொல்லிக்கொண்டார் சாவேஸ். கட்டடத்தை இடித்தால் மட்டும் போதாது. அடித்தளத்தையே தகர்க்கவேண்டும்.

ஸ்பானிய மொழியில் சாவேஸுக்குப் பிடிக்காத ஒரு வார்த்தை உண்டு என்றால் அது Puntofijismo. இவருக்கு முன்னால் அரசாங்கத்தை நடத்திக்கொண்டிருந்த புண்ணியவான்கள் உருவாக்கிய பதம் இது.

காலடேராவின் வீடு இருந்த பகுதியின் பெயர் Punto Fijo. காரகாஸில் உள்ளது. வெனிசூலாவின் மூன்று முக்கியக் கட்சிகளும்* இந்த இடத்தில் அவ்வப்போது சந்தித்துக்கொள்ளும்.

அப்படி ஒரு சந்திப்பின்போது காபி குடித்துக்கொண்டே ஓர் அரசியல் சட்டம் தீட்டினார்கள். அதாவது, சகட்டுமேனிக்குத் தேர்தல் வைத்து கண்டவர்களெல்லாம் அதிபராக நிற்பதைது தடுக்க, ஒரு வழி கண்டுபிடித்தார்கள். அங்கீகரிக்கப்பட்ட கட்சிகள் என்று இரண்டு இருக்கும். இந்த இரண்டு கட்சிகளும் மட்டும்தான் தேர்தலில் போட்டியிட முடியும். வெற்றியோ தோல்வியோ இந்த இரு கட்சிகளுக்குள்ளேதான். இந்த முறை நான். அடுத்த முறை நீ.

முதல் காரியமாக, இந்த அபத்தமான சட்டத்தை சுக்கல் நூறாகக் கிழித்து குப்பைத் தொட்டியில் வீச விரும்பினார் சாவேஸ். அவரது கை பரபரத்தது. ஆனால் அத்தனை சுலபத்தில் இதை அவரால் செய்ய முடியவில்லை. ஏகப்பட்ட எதிர்ப்புகள். சூட்டோடு சூடாக அப்படியே வெனிசூலாவின் அரசியல் அமைப்புச் சட்டத்தையும் கையோடு மாற்றி எழுத விரும்பினார் சாவேஸ்.

அவ்வளவுதான். வெனிசூலா அரசாங்கமே அலறிவிட்டது. ஏதோ ஜெயித்தோமா, நாலு காசு சம்பாதிப்பதற்கு என்ன வழி என்று ஆராய்ந்தோமா என்றிருந்தால், யாரும் அவரைத் தவறாக நினைத் திருக்க மாட்டார்கள். இவரோ, வேண்டாத காரியங்களைச் செய்கிறார். எப்போதோ எழுதப்பட்ட அரசியல் சாசனத்தை மாற்றியமைக்க வேண்டும் என்கிறார். இதெல்லாம் உருப்படும் வழியா?

சாவேஸிடம் பேசினார்கள். 'வேண்டாம். இப்போதுதான் ஜெயித்திருக் கிறீர்கள். அரசாங்க அட்டெண்டன்ஸில் இன்னும் உங்கள் பெயரை எழுதக்கூட இல்லை. எதற்கு அநாவசியமாக பெயரை ரிப்பேராக்கிக் கொள்கிறீர்கள்? உங்கள் நல்லதுக்காகத்தான் சொல்கிறோம், ஒதுங்கி விடுங்கள்!'

சாவேஸ் ஒதுங்கவில்லை. 'எனக்கு யாரும் அநாவசியமாகப் புத்திமதி சொல்லவேண்டாம். புதிய அரசியலமைப்புச் சட்டம் வேண்டாம் என்று மக்கள் சொல்லட்டும். நான் இத்தோடு விட்டுவிடுகிறேன். பழைய சட்டங்களே அமலில் இருக்கட்டும்.'

---

* Democratic Republican Union (URD), Social Christian (COPEI) மற்றும் Democratic Action (Accion Democratica, AD).

'அதெப்படி மக்கள் சொல்வார்கள்? எதற்கெடுத்தாலும் மக்களைப் பிடித்து ஏன் இழுக்கிறீர்கள். அரசாங்க உள்விவகாரங்கள் பற்றி அவர்களுக்கு என்ன தெரியும்?'

'நமக்குத் தெரிந்ததைவிட அவர்களுக்கு நன்றாகவே தெரியும்!'

இந்த விஷயத்தில் உறுதியாக இருந்தார் சாவேஸ். 'இந்த வெற்றி எனக்குக் கிடைத்த வெற்றி அல்ல. இயக்கத்துக்குக் கிடைத்த வெற்றியும் அல்ல. மக்களுக்குக் கிடைத்திருக்கும் வெற்றி. ஆகவே, அவர்களது ஒப்புதல் இல்லாமல், சிறு துரும்பையும் அசைக்க மாட்டேன்!'

சொன்னதைப் போலவே செய்தார். மக்களிடம் பேசினார். 'அனைவரும் இந்தத் தொலைபேசி எண்ணைக் குறித்து வைத்துக்கொள்ளுங்கள். யார் வேண்டுமானாலும் எப்போது வேண்டுமானாலும் அரசாங்கத்தைத் தொடர்பு கொள்ளலாம். தற்போது உங்களிடமிருந்து சில ஆலோசனை களை நாங்கள் எதிர்பார்க்கிறோம். நாட்டின் பொருளாதார நிலைமை எந்த அளவுக்கு மோசமாக இருந்து வந்திருக்கிறது என்று உங்களுக்குத் தெரியும். இந்த நிலை மாற, பல சீர்திருத்தங்களைச் செய்ய வேண்டி யிருக்கிறது. அரசியலமைப்புச் சட்டத்தை மாற்றியமைக்க வேண்டி யுள்ளது. இது தொடர்பாக உங்களது ஆலோசனைகளைப் பெற விரும்புகிறோம்.'

முனைக்கு முனை டெலிபோன் லைன் ஏற்பாடு செய்தார். அதிலிருந்து குறிப்பிட்ட எண்ணைத் தொடர்பு கொண்டால் கட்டணம் எதுவும் கிடையாது.

மறுமுனையில் பல அதிகாரிகளைக் குவித்தார். என்ன செய்யவேண்டும் என்று விளக்கினார்.

'இந்தத் தொலைபேசிகள் இனி தொடர்ந்து அடித்துக்கொண்டே இருக்கும். கனிவுடன் பேசுங்கள். மக்களின் கருத்துகளைச் சேகரியுங்கள்.'

அடுத்து, வெற்றி பெற்ற வேட்பாளர்களை அழைத்து சில விஷயங்களைத் தெளிவுபடுத்தினார்.

'இது எச்சரிக்கை அல்ல; ஆலோசனை. ஜெயித்துவிட்டோம், இனி கவலையில்லை என்று நினைத்து அசட்டையாக இருந்துவிடாதீர்கள்! நீங்கள் அனைவரும் தொடர்ந்து மக்களிடம் தொடர்பில் இருக்க வேண்டியது அவசியம். வாரத்துக்கு இரு முறை உங்களுக்கென்று பிரித்துக்கொடுக்கப்பட்ட பகுதிகளுக்குச் சென்று பார்வையிட வேண்டும். அந்தப் பகுதிவாழ் மக்களிடம் உரையாட வேண்டும். அவர்களுடைய குறைகளைக் கண்டறியவேண்டும்.'

'சரி.'

'கண்டறிவதோடு நிறுத்திக்கொள்ளாமல் குறைகளை உடனுக்குடன் நிவர்த்தி செய்யவேண்டும். புதிது புதிதாக அவர்களுக்கு வேறு என்ன வெல்லாம் செய்யலாம் என்று எனக்கு அவ்வப்போது ஆலோசனை சொல்லிக்கொண்டே இருக்க வேண்டும்.'

●

முந்தைய ஆண்டின் பட்ஜெட்படி இந்த ஆண்டின் கணக்கு வழக்கை நடத்த வேண்டும், அதுதான் சட்டம் என்றார்கள். அது முந்தைய அரசாங்கத்தின் பட்ஜெட், நான் அதை மாற்றியமைக்க விரும்புகிறேன் என்றார் சாவேஸ். ஆனால் அதற்கு நிர்வாகவியல் சட்டத்தில் இடமில்லை என்றார்கள்.

புதிதாக அவர் எதைச் செய்யச் சொன்னாலும் அதைச் செய்யத் தயங்கி னார்கள். சாவேஸுடன் ஒத்துழைத்தவர்கள் வெகு சிலரே! மாநில அரசாங்கங்கள் அவருக்கு எதிராக இருந்தன. காங்கிரஸ் அவருக்கு எதிராக இருந்தது. உச்ச நீதிமன்றம் அவருக்கு எதிராக இருந்தது.

வெனிசுலாவின் அரசியலமைப்புச் சட்டத்தை ஏன் மாற்ற விரும்பு கிறீர்கள் என்று ஒரு நேர்காணலில் கேட்கப்பட்டபோது சாவேஸ் அளித்த விளக்கம் இது:

'ஒவ்வொரு சமுதாயமும் சில அடிப்படைகளால் கட்டமைக்கப் படுகின்றன. அவற்றுள், மிக முக்கியமான அம்சங்கள் மூன்று. சட்டம், பொருளாதாரம் மற்றும் அரசியல். சமுதாயத்தை மாற்றியமைக்க விரும்பும் ஒவ்வொருவரும், இந்த மூன்று அம்சங்களை ஆராய வேண்டும். இந்த மூன்றில், எது மிகவும் பலவீனமாக உள்ளது என்பதைக் கண்டுபிடிக்கவேண்டும். பிறகு, அதைத் தாக்கவேண்டும், தகர்க்கவேண்டும்.

இது தொடர்பாக நாங்கள் ஆராய்ந்தபோது, மேலே குறிப்பிட்ட மூன்றில் சட்டம் மற்றும் அரசியலின் அடித்தளம் பலகீனமாக இருப் பதைக் கண்டுகொண்டோம். அதை மாற்ற முடியாது. தகர்க்க வேண்டும். புதிய அரசியலமைப்புச் சட்டம் உருவானால்தான் அது சாத்தியம். மக்களுக்காகத்தான் சட்டம், சட்டத்துக்காக மக்கள் கிடையாது!'

மக்கள் பதிலுக்குத் தங்கள் முடிவை தெரிவித்தார்கள். 'எங்கள் அடிப்படை பிரச்னைகளைக் களைவதற்கு எது தடையாக இருக்கிறதோ அதைத் தகர்த்துவிடுங்கள்.'

●

அடித்தளம் அமைத்தாகிவிட்டது. நல்லது. இனி கட்டடம் கட்டும் பணி. முதலில் நிர்மாணிக்கப்படவேண்டியது நல்ல பொருளாதாரம். அதற்கு முன்னால் இன்னொரு வேலை பாக்கிஇருக்கிறது. வறுமை யைக் குறைக்கவேண்டும், ஒழிக்கவேண்டும் என்று சொல்லத்தான் ஆசை. ஆனால் இப்போதைக்கு அது சாத்தியமில்லை. குறைக்க முடிந்தாலே பெரிய விஷயம்.

அலுவலகத்துக்குள் நுழையும் ஒவ்வொரு முறையும் சாவேஸின் கார் தடுத்து நிறுத்தப்படும். ஆண்கள், பெண்கள், குழந்தைகள், வயதான வர்கள் அத்தனை பேரும் அலுவலக வாசலில் காத்திருப்பார்கள். சாவேஸின் கார் உள்ளே நுழையும்போது, அனைவரும் முன்னால் பாய் வார்கள். அவர்களது விருப்பம் இதுதான். சாவேஸை எப்படியாவது பார்க்கவேண்டும், பேசவேண்டும், வீட்டு நிலைமையைச் சொல்ல வேண்டும்.

சிலருக்கு வேலை இல்லை. சிலருக்கு நோய். சிலருக்கு வீட்டில் தானியமில்லை. சிலருடைய பொருள்கள் திருடு போய்விட்டன. இன்னது என்றில்லை. எல்லா குறைகளையும் சுமந்துகொண்டு அதிபர் மாளிகையை அவர்கள் முற்றுகையிட்டனர். முந்தைய ஆட்சிக் காலத்தில் இதுபோல் நடந்துகொண்டதில்லை அவர்கள். முந்தைய ஆட்சியாளர்களிடம் உதவி கேட்கவேண்டும் என்றுகூட அவர்களுக்குத் தோன்றவில்லை.

சாவேஸ் மீது மக்கள் கொண்டிருந்த நம்பிக்கைக்கு இது ஓர் அத்தாட்சி. தேர்தலில் சாவேஸ் பெற்ற பெரும் வெற்றிக்குக் காரணம் இந்த நம்பிக்கைதான். இந்த நம்பிக்கையைக் காப்பாற்றவேண்டும் என்று சாவேஸ் துடித்தார். ஒவ்வொருவருக்கும் ஒவ்வொரு பிரச்னை என்றாலும், அடிப்படையில் அனைவரும் ஏழைகள். அவர்களுடைய பிரச்னை ஆகாரம். சாவேஸ் உதவுவார் என்ற நம்பிக்கையோடு தினமும் அலுவலகத்துக்குப் படையெடுக்கிறார்கள். தீர்த்து வைக்க வேண்டியது அவர் கடமை அல்லவா?

வறுமையை ஒழிக்காமல் எதையும் சாதிக்க முடியாது. அடிப்படையே இதுதான். முதலில் மக்கள் சாப்பிடவேண்டும். ஆகாரம் கொடுக்காமல் அவர்களிடம் அரசியல் பேச முடியாது. சட்டத்தை மாற்றினாலும் சரி. அரசியலமைப்பை மாற்றினாலும் சரி. பிரயோஜனமில்லை.

சாவேஸ் யோசித்தார். அரசாங்கம் தற்போது எதற்கு அதிகமாகச் செலவழிக்கிறது? பட்ஜெட்டில் பெரும் பகுதியை எந்தத் துறை சாப்பிடுகிறது?

ராணுவம். சாவேஸின் விருப்பமான துறை. ராணுவத் தேவைகளை ஈடுசெய்வதற்குத்தான் அதிகம் மெனக்கெட வேண்டியிருந்தது.

ஆயுதங்கள், ஆள்கள் என்று அதிகம் செலவு பிடித்தது. பாதுகாப்புதான். அத்தியாவசியம்தான். ஆனால் அதை விட முக்கியமான பணிகள் இருக்கிறதே!

தவிரவும், இந்த ராணுவம் உருப்படியாக ஏதாவது சாதித்திருக்கிறதா? பளபளவென்று டாலடிக்கும் துப்பாக்கிகளை வைத்துக்கொண்டு என்ன செய்வது? பொது நிகழ்ச்சிகளில், அரசாங்க விழாக்களில் சீருடை அணிந்து, விரைப்பாக சல்யூட் அடித்து, வானத்தைப் பார்த்துச் சுடுவது தவிர வேறு என்ன செய்கிறார்கள் இந்த அதிகாரிகள்? எத்தனை எத்தனை படை வீரர்கள் சும்மாவே காலம் தள்ளிக்கொண்டிருக் கிறார்கள்?

அவர்களை நொந்து பயனில்லை. பயன்படுத்திக்கொள்ள வேண்டிய விதத்தில் அவர்களைப் பயன்படுத்தாதது அரசாங்கத்தின் தவறு.

ஏப்ரல் 1999. ராணுவ உயர் அதிகாரிகளை வரவழைத்துப் பேசினார்.

'இன்று முதல் வெனிசுலா ராணுவம், நாட்டுக்காகச் சில உருப்படியான வேலைகளைச் செய்யப் போகிறது. வெனிசுலாவைக் கட்டமைக்கும் பொறுப்பை உங்களுக்கு வழங்கப்போகிறேன். இந்த நிமிடம் தொடங்கி உங்கள் அத்தனை பேருடைய பொறுப்புகளும் மாறப் போகின்றன.

திட்டம் இதுதான். வெனிசுலர்கள் ஏழைமையோடு போராடிக்கொண் டிருக்கிறார்கள். வீடில்லை, நிலமில்லை, நல்ல ஆகாரம் இல்லை. அடிப்படைகளே இல்லை. ஆகவே, அவர்களுடைய போராட்டத்தில் நீங்கள் அனைவரும் உங்களை இணைத்துக்கொள்ளப் போகிறீர்கள்!'

அதிகாரிகளுக்குப் புரியவில்லை.

'நாங்கள் எப்படி மக்கள் சேவை செய்ய முடியும்? அது சமூக சேவகர்களின் வேலை அல்லவா?'

'கிடையாது. ராணுவத்தைவிட சிறந்த சமூக சேவை அமைப்பு வேறெதுவும் இல்லை. உங்களுடைய யூனிஃபார்ம், துப்பாக்கி, டாங்கி எல்லாவற்றையும் மறந்துவிட்டு, மக்களுக்காக வேலை செய்யுங்கள்!'

பொலிவர் திட்டம் 2000 (Plan Bolivar 2000) தொடங்கப்பட்டது இப்படித்தான்.

1999-ல் இத்திட்டத்துக்கான முதல் விதை சாவேஸின் மனத்தில் விழுந்துவிட்டது. செயல்படுத்துவதற்கான வாய்ப்பு 2000-ல் தான் கிடைத்தது.

மொத்தம் 40,000 படை வீரர்கள் தேர்ந்தெடுக்கப்பட்டனர். சிறுசிறு குழுக்களாகப் பிரிக்கப்பட்டனர். ஒவ்வொரு குழுவுக்கும் ஒவ்வொரு பணி. வெனிசூலா முழுவதும் இவர்கள் சுற்றி வரவேண்டும். நகரம் நகரமாக. கிராமம் கிராமமாக. தெருத் தெருவாக. வீடு வீடாக. தேர்தல் தயாரிப்பின்போது செய்தார்கள் அல்லவா? அப்படி ஒரு பயணத்தை இப்போது மேற்கொள்ளவேண்டும்.

மக்களின் தேவையை உணர்ந்து அவர்களுடன் இணைந்து பணியாற்ற வேண்டும். வீட்டில் யாருக்காவது உடல்நிலை சரியில்லையா? மருத்துவக் குழுவை வரவழைக்கவேண்டும். என்ன பிரச்னை? கண் பார்வை மந்தமடைந்துவிட்டதா? வயிற்று வலியா? அத்தனையும் தீர்க்கப்படவேண்டும். ஆம்புலன்ஸ் வேண்டுமா? கிடைக்கும். மருந்து மாத்திரைகள்? கிடைக்கும்.

ஒரு குழு தெருவுக்குத் தெரு சென்று, சாலைகளைச் செப்பனிட்டது. சாலையே இல்லாத தெருக்களுக்கும் சாலை அமைத்தார்கள். தண்ணீர் வரவில்லையா? கிணறு தோண்டினார்கள். ஒவ்வொரு வீட்டிலும் வேலை இல்லாத இளைஞர்கள் எத்தனை பேர் இருக்கிறார்கள் என்று குறித்துவைத்துக்கொண்டார்கள். மற்றொரு குழு, நகரம் நகரமாக ரோந்து சென்றது. பாதுகாப்பு குறைவான பகுதிகளில், கூடாரம் அமைத்து காவல் காத்தது.

'ராணுவத்திலுள்ள ஒவ்வொரு துறையும் ஒவ்வொரு திட்டத்தோடு என்னை வந்து சந்திக்க வேண்டும்!' என்று கேட்டுக்கொண்டார் சாவேஸ்.

முதலில் வந்தது விமானப் படை அதிகாரி.

'போர் விமானங்கள் சும்மாதான் இருக்கின்றன. அவற்றில் பயணிகளை ஏற்றிச்செல்லலாமா?'

துள்ளிக் குதித்தார் சாவேஸ். 'மிக அருமையான யோசனை. உடனே ஆரம்பியுங்கள்!'

வெனிசூலர்கள் முதல் முறையாக விமானத்தில் பறந்தார்கள். பல நோயாளிகள் மருத்துவ சிகிச்சைக்காக விமானத்தில் நகரம் விட்டு நகரம் பறந்தார்கள்.

விமானங்களுக்கு அடுத்தபடியாக ஹெலிகாப்டர்கள் களமிறக்கப் பட்டன. நீண்டகாலமாக பயன்படுத்தப்படாமல் தூசி படிந்து கிடந்த ஹெலிகாப்டர்கள் உற்சாகமாக அங்கும் இங்கும் பறக்கத் தொடங்கின.

தெருக்களுக்கு உள்ளேகூட ஹெலிகாப்டர்கள் பறந்து வந்தன.

'ஏம்பா பைலட் தம்பி! பக்கத்துக் கிராமத்துல நம்ம மச்சான் இருக்காரு. அங்க கொஞ்சம் இறக்கி விடறியா?'

'சீக்கிரமா ஏறுங்க. எனக்குச் சவாரி இருக்கு.'

இலவசமாக அல்ல. சிறிதளவு கட்டணத்தை வாங்கிக்கொண்டு ஹெலிகாப்டர்கள் பறந்தன.

'என்னய்யா? மனுஷங்களை மட்டுந்தான் ஏத்திக்கிட்டு போவியா? கோழிக்குஞ்சுகளை ஏத்த முடியாதா?'

'எதை வேணும்ன்னாலும் ஏத்தலாம்.'

கோழிக்குஞ்சுகள். மூட்டை முடிச்சுகள். தொழில்நுட்பச் சாதனங்கள். தட்டுமுட்டுச் சாமான்கள். வீட்டுப் பொருள்கள். எல்லாவற்றையும் ஏற்றினார்கள்.

விமானப் படை இப்படி ஒரு நவீன சேவையைச் செய்து, சாவேஸிடம் நல்ல பெயரை வாங்கிக்கொண்டதைக் கேள்விப்பட்ட கடற்படைத் தளபதி தன் மனத்தில் தோன்றிய ஒரு திட்டத்தை எடுத்துக்கொண்டு சாவேஸின் அலுவலகக் கதவைத் தட்டினார்.

'போர்க் கப்பல்கள் இப்போதைக்குச் சும்மாதான் இருக்கின்றன. நாங்கள் கடல் பகுதியில் வாழும் மக்களுக்கு உதவுகிறோம்.'

சாவேஸ் புன்னகைத்தார். 'தாராளமாக!'

Plan Pescar 2000. இது கடற்படை அறிவித்த திட்டத்தின் பெயர். போர்க் கப்பல்கள் சாத்வீகக் கோலம் பூண்டு கரையோர மக்களைச் சந்தித்தன. கடற்படை வீரர்கள் அவர்களிடம் பேசினார்கள். மீன் பிடி தொழில் எப்படி நடக்கிறது என்று அருகில் இருந்து பார்த்தார்கள். அவர்களுடைய பிரச்னைகள் புரிந்தன. இதே தொழிலை முறைப்படி செய்தால் நிறைய ஆதாயம் கிடைக்கும் என்று அவர்களுக்குப் புரியவைத்தனர். அவர்களுக்கு எழுதப் படிக்க கற்றுக்கொடுத்தனர்.

அன்றைய சம்பாத்தியத்தை அன்றே செலவழிக்கவேண்டாம் என்று சொல்லிக்கொடுத்தனர். சேமிப்பின் அவசியத்தைப் படம் போட்டுக் காட்டினார்கள். வெறும் வாய் வார்த்தையோடு கழண்டு கொள்ளாமல், அவர்களுக்கான சிறப்புக் கூட்டுறவுச் சாலைகளை அதே இடத்தில் அமைத்துக் கொடுத்தனர். மீன் பிடி படகு வாங்க வேண்டுமா? நவீன இயந்திரங்கள் வேண்டுமா? இதோ, நொடியில் கடன் கிடைக்கும். சுலப மாதத் தவணையில் செலுத்தினால் போதுமானது.

'வேறு என்ன பிரச்னை? உங்கள் படகு உடைந்து விட்டதா? சரி செய்யவேண்டுமா? கவலை வேண்டாம். நாங்கள் இருக்கிறோம்!' அதே இடத்தில் உட்கார்ந்து பழுது பார்த்தார்கள்.

மீனவர்கள் குடியிருப்பில் அடிக்கடி நிகழும் கிரிமினல் நடவடிக்கை களைக் குறைத்தனர். சமூகத்தில் அவர்கள் ஒதுக்கப்படவேண்டிய ஆள்கள் அல்லர். தேசத்தின் பொருளாதார முன்னேற்றத்துக்கு அவர்கள் அத்தியாவசியமானவர்கள் என்று நம்பிக்கையூட்டினர். அரசாங்கம் என்பது எங்கோ ஒரு மூலையில் ஒளிந்துகொண்டிருக்கும் ஒரு ஐந்து அல்ல; அவர்களுக்குப் பாதுகாப்பு அளிக்கும் ஒரு நிறுவனம் என்று தைரியமூட்டினர்.

பெலிவர் 2000 திட்டம் அடுத்த கட்டத்தை நோக்கி நகர்ந்தது.

பரான்கோ யோபல் (Barranco Yopal) என்றொரு பகுதி. வெனிசூலா வுக்குள் இது ஒரு சோமாலியா. ஏழைமை - மொத்தக் குத்தகை எடுத்து கூடாரம் போட்டுக் குடியிருக்கும் இடம். இங்கிருப்பவர்களில் பெரும்பாலானோர் பழங்குடிகள். நாகரிகத்தின் வாசனையைச் சிறிதும் நுகராதவர்கள். வில், அம்பு, கூழாங்கல் எல்லாம் வைத்திருப்பார்கள். கிட்டத்தட்ட ஐந்நூறு ஆண்டுகளாக அப்படியே இருக்கிறார்கள்.

இங்குள்ள பெண்கள் வெளியில் சென்று பிரசவம் பார்த்தது கிடையாது. அவர்களாகவே பார்த்துக்கொள்வார்கள். பிரசவத்தின் போதே ரத்தப் போக்கினால் செத்துப்போன குழந்தைகளின் எண்ணிக்கை என்ன என்று ஒருவருக்கும் தெரியாது. மலேரியா காய்ச்சல் வந்தால்கூட சாக வேண்டியதுதான்.

ஆண்களுக்குத் தெரிந்த ஒரே தொழில் வேட்டை. விலங்குகள் சிக்காதபோது, காட்டை விட்டு வெளியேறி நகரத்துக்கு நடந்து வருவார்கள். கண்ணில் தென்படும் வாகனங்களை நிறுத்தி, பணம் பறிப்பார்கள். சாப்பாட்டுக்காகத் திருடுவது இவர்களைப் பொறுத்த வரை மிகச் சாதாரண ஒரு விஷயம். நாகரிகமான நகரவாசிகள் பலர், சமயத்துக்கு இங்கு வந்து ஒதுங்குவதுண்டு. கண்ணில் தென்படும் பழங்குடிப் பெண்களை பலாத்காரம் செய்வதும், அத்துமீறுவதும் சகஜம்.

பொலிவர் 2000 குழுவினர் தங்களைத் தேடி வருவார்கள் என்று இந்தப் பழங்குடியினர் கனவிலும் எதிர்பார்த்திருக்க வாய்ப்பில்லை. ஜீப்பிலும், ஹெலிகாப்டரிலும் வந்து குவிந்தார்கள். அடுத்த நிமிடம், வேலை ஆரம்பமானது. முதலில் மருத்துவ உதவி. பரிசோதனைகள் தொடங்கியது.

கூடாரம் அமைத்து அங்கேயே தங்கிவிட்டார்கள். ஊசி தேவைப் படுபவர்களுக்கு ஊசி. மாத்திரை, மருந்து போதுமென்றால் மாத்திரை, மருந்து. தீவிர சிகிச்சை தேவை என்றால் ஸ்ட்ரெச்சரில் படுக்க வைத்து ஹெலிகாப்டரில் ஏற்றினார்கள். அனைவருக்கும் தடுப்பூசிகள்.

போர் வியூகங்களை மட்டுமே இதுவரை வகுத்து வந்த ராணுவப் படையினர், ஆற அமர உட்கார்ந்து பழங்குடி வாழ்வினை ஆராய்ச்சி செய்தார்கள். குழந்தைகள் படிப்பதற்கு பள்ளிக்கூடம் கட்டித் தருவதாக வாக்களித்தார்கள். அவர்கள் ஒதுக்கப்பட்ட மக்கள் அல்லர் என்று அவர்களுக்குப் புரியவைத்தனர். விவசாயம் மற்றும் சிறு தொழில் செய்யக் கற்றுக்கொடுத்தார்கள்.

பொலிவர் 2000 எந்த அளவுக்கு வெற்றியடைந்திருக்கிறது என்பதை நேரில் காண சாவேஸுக்கு மிகுந்த ஆர்வம் இருந்ததால், சமயம் கிடைக்கும்போதெல்லாம் அத்தனை பகுதிகளுக்கும் சென்று பார்த்தார். ராணுவத்தினர் மேற்கொண்ட பணி மிகவும் திருப்திகரமாக இருந்தது.

பழங்குடிப் பகுதிகளை வந்து பார்த்தார். அவர்களுடன் சேர்ந்து மீன் பிடித்தார். அவர்களிடம் உரையாடினார். பழங்குடிகள் தனது பேச்சைக் கேட்க ஆர்வமாக இருப்பதைக் கண்ட சாவேஸ், அனைவரையும் ஒன்று திரட்டி பிரத்தியேகமாக உரையாற்றினார். 'பதினைந்து ஆண்டுகளுக்கு முன்பு இங்கு நான் வந்தபோது, நீங்கள் வெறும் சாம்பலை வைத்துக் கொண்டிருந்தீர்கள். இப்போது நெருப்புடன் இருக்கிறீர்கள். உங்களது வளர்ச்சியைக் கண்டு நான் ஆனந்தப்படுகிறேன்!'

ஜெனரல் கார்சியா கார்னிரோவிடம் ஒரு திட்டம் இருந்தது. சாவேஸிடம் அது பற்றி விவாதித்தார்.

'மக்கள், தாங்களே தங்கள் வீடுகளைக் கட்டிக்கொள்ள ஒரு திட்டம் உள்ளது.'

'அதென்ன திட்டம்? விரிவாகச் சொல்லுங்கள்!'

'மக்களுக்குத் தேவைப்படும் குடியிருப்புகளைக் கட்டித் தருவதாக ஒரு திட்டம் தயாரித்திருக்கிறீர்கள். சரிதானே?'

'ஆமாம்.'

'அந்தப் பணியைத் தனியார் ஆள்களிடம் கொடுத்தால் செலவு அதிகமாகும். உதாரணத்துக்கு ஒரு குடியிருப்பைக் கட்டித்தர ஒரு தனியார் நிறுவனத்துக்கு 5000 டாலர் தேவைப்படும். இதே வேலையை நாம், மக்களை வைத்துச் செய்தால் 1500 டாலரோடு முடிந்துவிடும். வீட்டுக்கு வீடும் கிடைக்கும். பல இளைஞர்களுக்கு வேலை வாய்ப்பும் கிடைக்கும்.'

உடனடியாக இந்த யோசனை ஏற்றுக்கொள்ளப்பட்டது. அடுத்த நாள் முதல் செயல்படுத்தப்பட்டது.

சாவேஸ் இதை அடுத்த கட்டத்துக்குக் கொண்டு போனார். மேம்பாலங்கள் கட்டும் பணி, சாலை அமைக்கும் பணி, பொதுக்

கட்டடங்கள் கட்டும் பணி எல்லாவற்றையும் வேலையில்லாத இளைஞர்களிடம் ஒப்படைத்தார். டெண்டர் போடுகிறேன் பேர்வழி என்று சொல்லிக்கொண்டு, இடைநிலை அதிகாரிகள் ஆயிரம் ஆயிரமாக சுருட்டிக்கொள்வது தடுத்து நிறுத்தப்பட்டது.

ராணுவ மருத்துவமனைகள் பொது மக்களுக்காகத் திறந்து விடப்பட்டன. குட்டிக் குட்டியாக பல அரசாங்க மருத்துவமனைகள் அவசர கதியில் தோன்றின. ஜராரா (Zarara) என்னும் பகுதியில் மட்டும் பல ஆயிரக்கணக்கான வெனிசுலர்களுக்கு, வெற்றிகரமாக கண் அறுவை சிகிச்சைகள் செய்யப்பட்டன. கடந்த பத்து ஆண்டுகளில் வெனிசுலா முழுவதும் செய்யப்பட்ட அறுவை சிகிச்சைகளைக் காட்டிலும் இது அதிகமாக இருந்தது. அசுர சாதனை இது.

சாவேஸ் இந்த மருத்துவமனைக்குச் சென்றபோது, பல பெரியவர்கள் அவரைக் கட்டியணைத்து மகிழ்ச்சியைத் தெரியப்படுத்தினர்.

'எத்தனையோ ஆண்டுகளுக்குப் பிறகு, முதல் முறையாக உலகத்தைச் சந்திக்கும் வாய்ப்பு எனக்குக் கிடைத்திருக்கிறது.'

●

அது சரி, இத்தனை செலவுகளுக்கும் பணம் ஏது?

அரசாங்கம் சந்திக்கும் முதல் பெரும் செலவு ராணுவத்துறை சார்ந்தது. பட்ஜெட்டின் பெரும் பகுதி ராணுவத்தினருக்கே ஒதுக்கப்பட்டுக் கொண்டிருந்தது. சாவேஸ் அதைக் கட்டுப்படுத்தினார். டாங்கிகள் வேண்டாம். போர்க் கப்பல்கள் இருப்பதே போதும். போர்த்துகீஸில் சிப்பிக் காளான் ஆராய்ச்சி, அண்டார்டிகாவில் பெங்குவின் ஆராய்ச்சி, மொரீஷியஸில் மொச்சைக் கொட்டை ஆராய்ச்சி போன்றவற்றை மூட்டைக்கட்டி, பரணில் ஏற்றினார். மந்திரிகள், இலாகாக்கள் போன்ற வற்றைக் குறைத்தார். டெண்டர் விடுவது, அரசாங்கப் பணிகளுக்கு தனியார் நிறுவனங்களின் உதவியை நாடுவது போன்றவை தவிர்க்கப்பட்டன.

மற்றொரு முக்கிய வேலையையும் அவர் செய்தார். DISIP, DIM, PTJ போன்ற பல்வேறு உளவு நிறுவனங்களை, தன் கட்டுப்பாட்டுக்குள் கொண்டு வந்தார். மளிகைக் கடை லிஸ்ட் போல் ஒன்றைத் தயார் செய்து, செலவு செய்து வந்தார்கள் இவர்கள். முந்தைய அரசாங்கம் ஏற்படுத்திய சட்டம் என்னவென்றால், உளவுத் துறைகளின் கணக்கு வழக்கை யாரும் கேட்க முடியாது. காரணம், அவர்கள் செய்யும் அத்தனை செலவுகளும் ரகசியமானவை.

அதென்ன வெங்காய ரகசியம்? எதை வாங்கினாலும் ரசீது போட்டு வாங்கு என்றார் சாவேஸ். இதுவரை செய்த செலவுகளுக்கு, கணக்கு

காண்பி என்றார். டாங்கி வாங்கினோம், டெலஸ்கோப் வாங்கினோம், பாராசூட் வாங்கினோம் என்றார்கள். எங்கே காட்டு என்றால் திருதிருவென்று விழித்தார்கள். வெனிசுலா சரித்திரத்திலேயே இவர்கள் செய்த மோசடிதான் மிகப் பெரிது என்பதை சாவேஸ் தெரிந்து கொண்டார். லகானை இழுத்துப் பிடித்தார். 80 சதவிகித செலவு கட்டுப்படுத்தப்பட்டது. மில்லியன் கணக்கான டாலர்கள் மிச்சப் படுத்தப்பட்டன. லஞ்சம் வாங்கும் அதிகாரிகளை, அராஜகம் செய்யும் அதிகாரிகளை, அரசாங்கப் பணத்தை மோசம் செய்யும் அதிகாரிகளை தயவு தாட்சண்யம் பார்க்காமல் வீட்டுக்கு அனுப்பினார்.

சுய உதவித் திட்டம் வெற்றிகரமாக இயங்கியது. விவசாயிகளுக்கு, பெண்களுக்கு, புதுத் தொழில் முனைவோருக்கு கடன் உதவிகள் அளிக்கப்பட்டன. பிணைத் தொகை, பிணைப் பத்திரம் எதுவும் கிடையாது. பெரிய நிறுவனங்களுக்கும் தொழில் விருத்திக்கான கடன் அளிக்கப்பட்டது. அவர்களிடமிருந்து பிணையாக, நிலம் பெற்றுக் கொள்ளப்பட்டது. வட்டி செலுத்தாமல் ஏமாற்றி ஓடுபவர்களது உடைமைகள், கட்டாயப் பறிமுதல் செய்யப்பட்டன. அரசாங்கப் பணத்தை யார் வேண்டுமனாலும் ஏமாற்றலாம் என்று நினைப்பவர்கள் தொலைந்து போனார்கள்.

மீன் பிடி தொழிலால் அதிக லாபம் கிட்டியது. மீனவக் கூட்டுறவு வங்கிகள் தொடங்கப்பட்டன. கடற்படை, அவர்களுக்கு உதவி செய்தது. சிறு தொழில் குறிப்பிடத்தகுந்த வளர்ச்சி பெற்றது.

●

1999, 2000. இந்த இரண்டு ஆண்டுகளில் பொலிவர் 2000 திட்டம் நடத்திக் காட்டிய சாதனைக்கு இணையான ஒன்றை வெனிசுலா சந்தித்ததில்லை. வகுத்துக் கொடுத்த திட்டத்தைவிட, 280 மடங்கு அதிகமாகவே சாதித்திருக்கிறார்கள் என்று ஆடிட்டர்கள் ஆச்சரியப் பட்டனர்.

ராணுவத்தையும் மக்களையும் ஒரே நேர்க்கோட்டில் கொண்டு வந்ததை எண்ணி பூரித்துப் போனார் சாவேஸ். தாம் அடைந்த வெற்றிகளிலேயே இதுதான் உன்னதமானது என்பது அவரது கணிப்பு. ராணுவத்தினர் அளித்த அபாரமான ஒத்துழைப்பு அவரைச் சிலிர்க்க வைத்தது. ஏதோ கடமைக்காகச் செய்கிறோம் என்று இல்லாமல், மெய்யாகவே மக்கள் பணியில் அவர்கள் தம்மை ஈடுபடுத்திக் கொண்டது அவருக்குத் திருப்தியளித்தது. ஒரு ராணுவ அதிகாரியாகப் பணியாற்றியவர் என்னும் முறையில் பெருமிதமாகவும் இருந்தது.

மீண்டும் மாவோவை நினைத்துக்கொண்டார் சாவேஸ். 'மீனுக்குத் தண்ணீர்; ராணுவத்துக்கு மக்கள்!' எத்தனை சத்தியமான வார்த்தைகள்!

•

கஜானாவில் தங்கியிருந்த பூனை விரட்டப்பட்டது.

ஆனால், பெரிய அளவில் லாபம் ஏதுமில்லை. அவரிடம் ஒரு செயல் பட்டியல் இருந்தது. முதல் காரியமாக, தனியார் நிறுவனங்களை சற்று ஒதுக்கி வைக்கவேண்டும். சில முக்கியத் துறைகளை அரசாங்கமே வைத்திருப்பதுதான் நல்லது. குறிப்பாக அலுமினியம் மற்றும் எண்ணெய் உற்பத்தி. அதே சமயம், அந்நிய முதலீடுகளைக் குறைக்க சாவேஸ் விரும்பவில்லை. அந்நிய முதலீட்டாளர்களை வரவேற்பது பொருளாதாரத்தை வளப்படுத்தும் என்று அவர் நினைத்தார்.

•

எல்லாம் சரி. ஆனால், அரசியலமைப்புச் சட்டம் இன்னமும் வகுக்கப் படவில்லையே!

மக்களிடையே வாக்கெடுப்பு நடத்தப்பட்டது. பொலிவர் 2000 தந்த உற்சாகத்தில் இருந்தார்கள் மக்கள். இதுவரை அவர்கள் வாழ்நாளில் இப்படி ஒரு புரட்சிகரமான முன்னேற்றத்தைச் சந்தித்தது கிடையாது. ஆகவே சாவேஸ் அவர்களுக்கு ஒரு தேவதூதன். ஆகவே 71 சதவிகித மக்கள் புதிய அரசியலமைப்புச் சட்டத்தை ஆதரித்தனர்.

முதல் காரியமாக, தேசத்தின் பெயர் மாற்றியமைக்கப்பட்டது. வெனிசுலா பொலிவரியக் குடியரசு. (Bolivarian Republic of Venezuela).

நிலம் தொடர்பான சட்டம் மாற்றியமைக்கப்பட்டது. பிறகு, வங்கிகள் தொடர்பான சட்டம். கடனுதவி தொடர்பான சட்டம். மீன் பிடிப்பவர் களுக்கான சட்டம்.

முக்கியமான நாற்பத்தொன்பது வாழ்வாதாரச் சட்டங்கள் திருத்தப் பட்டன. புதிய சட்டங்கள் பிறந்தன. சாவேஸ் திருத்தி எழுதிய வெனிசுலாவின் அரசியல் அமைப்புச் சட்டம்தான் இன்று உலகிலேயே மிகப் பெரிய அரசியலமைப்புச் சட்டம்.

சாவேஸ் கொண்டுவந்த மற்றொரு திருத்தம், அதிபரின் ஆட்சிக் காலத்தை நீட்டித்தது. ஐந்து ஆண்டுகளிலிருந்து ஆறு ஆண்டுகளாக உயர்த்தினார். ஓர் அதிபர் இரண்டு முறை தேர்தலில் போட்டியிட்டு வெற்றி பெறலாம். அதற்கு மேல் முடியாது. 'ஆ! எத்தனை சுய நலத்துடன் இந்தத் திட்டத்தைக் கொண்டு வந்திருக்கிறார் பாருங்கள்!'

என்று எவரும் பெருமூச்சு விடுவதற்குள், ஒரு விலாவாரியான அடிக்குறிப்பையும் உருவாக்கினார்.

மக்கள் நினைத்தால் ஓர் அதிபரை அவரது பதவிக்காலம் முடிவதற்கு முன்பாவே சீட்டுக் கிழித்து வீட்டுக்கு அனுப்பலாம். ஆறு ஆண்டுகள் கழிந்தால்தான் நகருவேன் என்று அழிச்சாட்டியம் செய்ய முடியாது.

அமைச்சரவையில் பல மாற்றங்கள் கொண்டு வரப்பட்டன. ஒப்புக்கு இருக்கும் அமைச்சர் பதவிகளை ஒழித்துக் கட்டினார். அதிபரின் செயல்பாடுகளைக் கண்காணிக்கவும் மதிப்பீடு செய்யவும் ஒரு புதிய பதவியை அறிமுகப்படுத்தினார். Public Defender. இவருக்குக் கீழ் ஒரு தனி அலுவலகம் செயல்படும்.

ஊழல் குற்றச்சாட்டுகள் யார் மீதெல்லாம் பதிவாகியிருக்கிறதோ அவர்கள் அத்தனை பேரையும் வேலையை விட்டுத் தூக்கினார். நூற்றுக்கும் மேற்பட்ட நீதிபதிகளும் இதில் அடக்கம். அரசியல் வாதிகள் இனி தன்னுடைய ஒன்று விட்ட, இரண்டு விட்ட அல்லது அதற்கு மேலும் விட்ட சொந்தங்களை நீதிபதியாக நியமிக்க முடியாது. முறைப்படி தேர்வு எழுதி தேர்ச்சி பெறவேண்டும்.

எல்லாமே மாறிப்போனது. புதிய அகம். புதிய முகம்.

ஆனால், சாவேஸால் இந்த மாற்றத்தைக் கொண்டாட முடியவில்லை. காரணம், வெனிசூலாவை உறைய வைத்த டிசம்பர் 15 சம்பவம்.

●

டிசம்பர் 15, 1999. வெனிசூலாவின் கடற்கரையோர நகரமான வர்காசால், மறக்க முடியாத ஒரு தினம். திடீரென்று அன்று மழை பிடித்துக்கொண்டது. மழை அவர்களுக்குப் புதிதல்ல என்பதால் அவர்கள் பதற்றமடையவில்லை. எப்போதும் பெய்யும் மழைதானே என அவர்கள் நினைத்தார்கள். ஆனால் நேரம் செல்லச் செல்ல, மழை வலுத்துக்கொண்டே போனது. என்ன ஏது என்று பார்ப்பதற்குள் நிலச்சரிவு தொடங்கிவிட்டது. வீடுகள் அப்படியே பெயர்ந்து விழ ஆரம்பித்துவிட்டன. மழையும் நிலச்சரிவும் நானா நீயா என்று போட்டி போட்டுக்கொண்டு வலுத்தன. கடற்கரை ஓரத்து வீடுகள் அத்தனையும் ஒரே சமயத்தில் மூழ்கிப்போயின.

வர்காசிலிருந்து வெளியேறத் துடித்த பல ஆயிரக்கணக்கான பேர் கடலில் அடித்துச் செல்லப்பட்டனர். வர்காஸ் முழுவதும் மரண ஓலம். லாஸ் கொரேலிஸ் (Las Corales) பகுதிவாழ் மக்கள், தங்கள் வீடுகளை அப்படியே விட்டுவிட்டு வெளியேறினர்.

ஹெலிகாப்டர், ஆம்புலன்ஸ் எதுவும் நகரத்துக்குள் நுழைய முடிய வில்லை. நிவாரணப் பணியைத் தொடங்குவதற்கு முன்பே லட்சக் கணக்கான வீடுகள் தரைமட்டமாகின. இறந்தவர்களின் எண்ணிக்கை ஒட்டுமொத்த வெனிசூலாவையும் அதிர்ச்சிகொள்ள வைத்தது. 30,000 பேர். சேதக் கணக்கு இரண்டு பில்லியன் டாலர்.

போர்க்கால அடிப்படையில் நிவாரணப் பணிகள் தொடங்கப்பட்டன. 'இது வர்காஸுக்கு ஏற்பட்ட இழப்பல்ல, வெனிசூலாவுக்கு ஏற்பட்ட இழப்பு. ஒவ்வொரு வெனிசூலரும் ஒவ்வொரு வீட்டைத் தத்து எடுத்துக் கொள்ளவேண்டும். தம்மால் இயன்ற அத்தனையும் செய்ய வேண்டும்!' என சாவேஸ் முன்மொழிந்தார்.

பாதிக்கப்பட்ட வீடுகளை மீண்டும் கட்டியெழுப்ப உடனடி உத்தரவு பிறப்பிக்கப்பட்டது. அதிபர் மாளிகை, குழந்தைகளுக்காகத் திறந்து விடப்பட்டது. ஒதுங்க இடமில்லாமல் தவிக்கும் மக்கள், மாளிகையில் வந்து தங்கினார்கள். அத்தனை குழந்தைகளையும் புகைப்படம் எடுத்து மாளிகையின் வாசலிலும் பொது இடங்களிலும் மாட்டி வைத்தார்கள். 'இந்தக் குழந்தைகள் எங்களிடம்தான் இருக்கிறார்கள். சம்பந்தப்பட்ட பெற்றோர் வந்து அழைத்துச் செல்லலாம்!'

'ஒவ்வொரு வீட்டுக்கும் நாங்கள் வருவோம். இடிந்துபோன ஒவ்வொரு வீட்டையும் கட்டித் தருவோம்!' என்ற உறுதிமொழியை வழங்கினார் சாவேஸ். நிவாரணத்துக்காக ஒரு தனிக் குழுவை அமைத்து, அதைத் தன்னுடைய தனிப்பட்ட கட்டுப்பாட்டின்கீழ் கொண்டுவந்தார்.

தொலைக்காட்சியில் தோன்றிப் பேசினார். 'நாங்கள் பேரிழப்பைச் சந்திக்கவில்லை. பேரிழப்பை வெற்றிகொண்டிருக்கிறோம்!'

6. நிறைய எண்ணெய், நிறைய பிரச்னை

ஜூலை 30, 2000 அன்று வெனிசூலாவில் தேர்தல் நடைபெற்றது. புதிய அரசியல் அமைப்புச் சட்டம் அமலுக்கு வந்தபிறகு நடைபெற்ற முதல் தேர்தல் இது.

சாவேசை எதிர்த்துப் போட்டியிட்டவர் ஃபிரான்ஸிஸ்கோ அரியாஸ் கார்டினாஸ் (Francisco Arias Cardenas). இவரும் ஒரு ராணுவ அதிகாரிதான். சாவேஸ் படித்த அதே ராணுவப் பள்ளியில் படித்தவர். ஃபேரேஸ் அரசாங்கத்துக்கு எதிராக பிப்ரவரி 1992-ல் சாவேஸ் நடத்திய ராணுவப் புரட்சியின்போது உடன் இருந்தவர். மராகெய்போ (Maracaibo) என்னும் பகுதியை வெற்றிகரமாகச் சுற்றி வளைத்தவர். சாவேஸ் போராட்டத்தை நிறுத்திவிட்டுச் சரணடைந்தபோது கார்டினா ஸூம் சிறை சென்றார். 1994 வரை சிறையில் இருந்தார். பிறகு, சாவேஸுடன் இவரும் விடுவிக்கப்பட்டார்.

1995-ல் மராகெய்போவில் நடைபெற்ற கவர்னர் தேர்தலில் போட்டியிட்டு வெற்றிபெற்றார். பிறகு, சாவேசை ஆதரித்து அவரது அரசாங்கத்தில் இணைந்து ஆக்கபூர்வமாகச் செயல் ஆற்றினார்.

எல்லாம் சரி. இப்போது அவர் சாவேஸூக்கு எதிராக அதிபர் பதவியில் போட்டியிட்டது ஏன்?

புதிய அரசியலமைப்புச் சட்டம்தான் அதற்குக் காரணம். மக்களிடையே தனக்கு இருந்த கணிசமான செல்வாக்கைப் பயன்படுத்தி அதிபராகிவிட வேண்டும் என்ற கனவு கார்டினாஸூக்கு இருந்தது. ஒரு கட்சி தொடங்கினார். Partido Union என்று அதற்குப் பெயர். 2000-ல் தேர்தல் அறிவிக்கப்பட்டபோது, நாமினேஷன் ஃபைல் செய்தார். சாவேஸ் மறுப்பு எதுவும் சொல்லவில்லை.

தேர்தல் முடிவுகள் வெளிவந்தன. கார்டினாஸூக்குக் கிடைத்த வோட்டுகள் 2,359,459 - பதிவான மொத்த ஓட்டுகளில் 38 சதவிகிதம்;

சாவேஸ¨க்குக் கிடைத்த வோட்டுகள் 3,757,773 - பதிவான ஓட்டு களில் 60 சதவிகிதம். ஆக, இரண்டாம் முறையாக சாவேஸ் அதிபர்.

இந்த முறை சில சிக்கல்கள் முளைத்தன. சாவேஸ் வெற்றி பெற்றது செல்லாது, அவர் பதவியில் இருக்கும்போதே நடைபெற்ற தேர்தல் என்பதால், ஏமாற்று வேலைகள் நடந்திருக்கின்றன என்று சில கட்சிகள் குரல் எழுப்பின. டிசம்பர் மாதம் மறு தேர்தல் நடத்தப்பட்டது. இந்த முறையும் வெற்றி பெற்றது சாவேஸ்தான்.

●

பொலிவர் 2000 திட்டத்துக்குக் கிடைத்த வெற்றியால் உற்சாக மடைந்திருந்த சாவேஸ், மீண்டும் தனது பணிகளைத் தொடங்கினார்.

அடித்தளம் தயார். ஆயினும் பல காரியங்கள் அப்படி அப்படியேதான் இருக்கின்றன. அதிரடியாக ஏதாவது செய்தாகத்தான் வேண்டும். Enabling Act என்று ஒரு சிறப்புச் சட்டப் பிரிவு உள்ளது. இதை அறிவித்துவிட்டால், ஓர் ஆண்டுக்கு புதுச் சட்டங்களை வகுக்கலாம். யாரிடமும் அனுமதி கேட்க வேண்டியதில்லை. எந்த விதமான வழிமுறைகளையும் கடைப்பிடிக்க வேண்டியது இல்லை.

கிட்டத்தட்ட சர்வாதிகாரம். இந்தச் சலுகையைப் பயன்படுத்திக் கொண்டு ஓர் அதிபர் தன் விருப்பம் போல் எந்தச் சட்டத்தையும் வளைக்கலாம், உடைக்கலாம், உருவாக்கலாம். தனக்குத் தெரிந்த வர்கள் அத்தனை பேரையும் வேலையில் அமர்த்தலாம். வேண்டப் பட்டவர்களுக்கு மரண தண்டனை விதிக்கப்பட்டிருந்தால் அதை மாற்றி, சிறையிலிருந்து விடுவிக்கலாம். தனக்குப் பிடிக்காதவரை உள்ளே தள்ளி மரண தண்டனையும் விதிக்கலாம்.

சாவேஸ் அந்தச் சட்டத்தைத் தேர்ந்தெடுத்தார். நவம்பர் 2001 முடிவுக்குள் புதிதாக 49 சட்ட மசோதாக்களை அவர் உருவாக்கினார். இதில் ஒன்றுகூட அவரது தனிப்பட்ட நலனுக்காகவோ, குடும்ப நலனுக்காகவோ உருவாக்கப்படவில்லை.

குறிப்பாக, நிலம் தொடர்பாக அவர் கொண்டுவந்த சட்டம் மக்களிடையே பரவலான வரவேற்பை பெற்றது. எதிர்ப்புக்கும் குறைச்சலில்லை.

எத்தனையோ செய்தாகிவிட்டது. ஆனால், நிலத்தைச் சரியாகப் பங்கீடு செய்யாமல் இருந்தது ஒரு குறையாகவே இருந்தது சாவேஸ¨க்கு. நாட்டிலுள்ள 75 சதவிகித நிலம் வெறும் ஐந்து சதவிகித மக்களிடம் இருப்பது எந்த விதத்தில் நியாயம்? கிராமப்புறங்களில், சேரிகளில் பல ஆயிரக்கணக்கான மக்களுக்கு நிலம் இல்லை. வீட்டு வாடகை

கொடுத்துக் கட்டுப்படியாகாததால், சாலையோரங்களில் ஒதுங்கி வாழும் குடும்பங்களின் எண்ணிக்கை ஒவ்வொரு நாளும் அதிகரித்துக் கொண்டே போனது.

மற்றொரு பக்கம், பல தனியார் நிறுவனங்கள் பல நூற்றுக்கணக்கான ஏக்கர் நிலங்களை வாங்கிப் போட்டிருந்தன. பயன்படுத்தினாலும் பரவாயில்லை. சும்மாவே தரிசாகப் போட்டு வைத்திருந்தன. அங்கொன்றும் இங்கொன்றுமாகச் சிதறிக் கிடந்த இந்த ஏக்கர்களைக் கூட்டிப் பார்த்த சாவேஸ், அதிர்ந்தே போனார். வெனிசுலாவின் பெரும் பங்கு நிலம் புறம்போக்காக இருக்கிறது.

பக்கத்து தேசமான க்யூபாவில், ஃபிடல் காஸ்ட்ரோ தலைமையில் நடைபெற்ற நிலச் சீர்திருத்தத்தை வெகுவாக ரசித்த சாவேஸ், அப்படி ஒரு சீர்திருத்தம் வெனிசுலாவிலும் கொண்டுவரப்பட வேண்டும் என்று விரும்பினார். தனி நபர்கள் கையில் அவ்வளவு நிலம் சிக்கினால் அதனால் எந்தப் பயனுமில்லை என்பதை உணர்ந்து, உடனடியாகச் செயலில் இறங்கினார். Plan Zamora தயாரானது.

முதல் குறி Latifundistas என்று அழைக்கப்படும் பண்ணையார்கள் மீது.

இவர்கள் எத்தனை பெரிய சுரண்டல்காரர்கள் என்பதைப் புரிந்து கொள்ள, ஒரு சிறிய புள்ளி விவரத்தைப் பார்த்தால் போதும். மொத்தம் 21 நபர்களின் பெயர்கள் கிடைத்தன. இவர்கள் சுருட்டி வைத்திருந்த நிலம் எவ்வளவு தெரியுமா? 612,289 ஹெக்டேர். இந்த நிலத்தை வைத்து என்ன செய்தார்கள்? உருப்படியாகத் தொழிற்சாலைகள் கட்டினார்களா? குடியிருப்புப் பகுதிகள் அமைத்தார்களா? விவசாயம் செய்தார்களா? கிடையாது. சும்மாவே போட்டு வைத்திருந்தார்கள்.

ஆளுக்கு ஒரு சர்க்குலர் அனுப்பப்பட்டது. 'உங்களிடம் உள்ள நிலத்தில் எண்பது சதவிகிதத்துக்கு மேல் உபயோகப்படுத்தப்படாமல் இருக் கிறது. ஏன்? உடனடியாக விளக்கம் அளிக்கவும்!'

பதில் வரவில்லை. 'நிலத்தை ஒப்படைத்துவிட்டு ஓடிவிடுங்கள். இல்லாவிட்டால் உங்கள் மீது சட்டபூர்வமான நடவடிக்கை எடுக்க வேண்டியிருக்கும்!'

பண்ணையார்கள் வீட்டை விட்டு வெளியேறி, காணாமல் போய் விட்டார்கள். அவர்களது நிலம் பறிமுதல் செய்யப்பட்டது. அதே போல், கடத்தல்காரர்கள் மடக்கி வைத்திருந்த பண்ணைகளும் கைப்பற்றப்பட்டன.

கேட்பாரற்றுப் பரவிக் கிடந்த அத்தனை தரிசு நிலங்களிலும் ஒரு பெயர்ப் பலகை காணப்பட்டது. 'இது அரசாங்கத்துக்குச் சொந்தமானது. மீறி

ஆக்கிரமிப்பவர்கள், தண்டிக்கப்படுவார்கள்!' பண்ணையார்கள் அலறினார்கள். தனியார் நிறுவனங்கள் அலறின. சட்ட விரோதமாகச் செயல்பட்டுக் கொண்டிருந்த பலரும் நிலங்களை இழுந்தனர்.

கைப்பற்றப்பட்ட நிலங்களை, அரசாங்கம் ஏழைகளுக்குப் பிரித்துக் கொடுத்தது. விவசாயிகளை வரவழைத்து தரிசு நிலங்களை வளப் படுத்தியது. வீட்டுக் குடியிருப்புகளை கட்டும் பணி முடுக்கிவிடப் பட்டது.

போராட்டம் வெடித்தது. 'அரசாங்கம் அராஜகம் செய்கிறது!' பண்ணையார்கள் கொடி பிடித்தார்கள். தனியார் நிறுவனங்கள் கொடி பிடித்தன.

'ஆமாம், அப்படித்தான் செய்வேன்!' என்றார் சாவேஸ்.

பாதிக்கப்பட்ட பணக்காரர்கள் உட்கார்ந்து பேசி ஒரு குறுக்கு வழியை உருவாக்கினார்கள். 'எந்தச் சட்டத்தைக் கொண்டு சாவேஸ் இப்படிப் படுத்துகிறாரோ, அதே சட்டத்தைக் கொண்டு நாம் அவரைப் பழி வாங்க வேண்டும்!' அரசாங்க அதிகாரிகள் பலரும் இந்த நிலச் சீர்திருத்தத்தால் பாதிக்கப்பட்டிருந்தார்கள் என்பதால், அவர்களும் பண்ணையார் களுடன் சேர்ந்துகொண்டார்கள். ஒரு கை குறைந்தது. 'வந்தேன் ஐயா!' என்றார்கள் எதிர்க்கட்சி ஆள்கள்.

பலமான கூட்டணி ஒன்று உருவானது. உச்ச நீதிமன்றத்தை அணுகி, தங்கள் குறைகளைக் கொட்டினார்கள். அரசாங்கத்தால் நாங்கள் கடுமையாகப் பாதிக்கப்பட்டுள்ளோம், எங்களை நீங்கள்தான் காப்பாற்ற வேண்டும் என்று விண்ணப்பித்தார்கள். எதிர்க்கட்சித் தலைவர்கள் பலருக்கு உச்ச நீதிமன்ற நீதிபதிகள் மிகவும் வேண்டிய வர்களாக இருந்ததால், அவர்களது கோரிக்கை ஏற்றுக்கொள்ளப் பட்டது. சாவேஸ் செய்வது அக்கிரமம். 'பாதிக்கப்பட்டவர்களுக்கு' தக்க நஷ்ட ஈடு அளிக்கவேண்டும் என்று நீதிமன்றம் உத்தரவிட்டது.

நீதிமன்ற உத்தரவை இடது காதில் வாங்கி வலது காதின் வழியாக வெளியேற்றினார் சாவேஸ். பண்ணையார் கூட்டணிக்கு ஏகக் கடுப்பு. இதெல்லாம் சரிப்பட்டு வராது என்று முடிவு செய்த அவர்கள், நேரடித் தாக்குதலில் ஈடுபட ஆரம்பித்தார்கள். ஆங்காங்கே கலவரம். வெட்டு, குத்து. திடீர் போராட்டங்கள். தடார் துப்பாக்கிச் சூடுகள். கோஷங்கள், கொடி பிடிப்பு இத்தியாதி.

டிவி கேமராக்கள் கலவரத்தைப் படம் பிடித்தன. பொருங்கள் வெனிசுலா எப்படிச் சீரழிந்துபோகிறது என்று படம் போட்டுக் காட்டின. பத்திரிகைகள் சாவேஸை வாய்க்கு வந்தது போல் திட்டின. ஹிட்லருக்கு அடுத்தது இவர்தான் என்று கட்டம் கட்டி எழுதின.

எதையும் கண்டுகொள்ளவில்லை சாவேஸ். இதற்குப் பின்னால் இருப்பவர்கள் யார் என்பது அவருக்குத் தெரியும்.

Presendente TV-க்கு அளித்த ஒரு நேர்காணலில் இப்படிக் கூறினார்: 'என்னைக் கொலைகாரனாகச் சித்திரிக்கிறார்கள். வெனிசுலாவில் வன் முறையைத் தூண்டவேண்டும் என்பதற்காக என்னென்னவோ செய்கிறார்கள். நாம் ஒருவரை ஒருவர் அடித்துக்கொண்டு சாகவேண்டும் என்பதுதான் அவர்களது எண்ணம். இதைப் பற்றியெல்லாம் என்னால் கவலைப்பட்டுக்கொண்டிருக்க முடியாது. எனக்கு நிறைய வேலை இருக்கிறது.'

மெய்யாகவே அவர் நிறைய வேலைகள் செய்ய வேண்டியிருந்தது. பொலிவர் 2000 ஆரம்பித்து வைத்த மருத்துவப் பணியை முழுமைப் படுத்த விரும்பினார் சாவேஸ். அரசாங்க மருத்துவமனைகள் கட்டு வதற்கு அடித்தளம் அமைக்கப்பட்டது. பிரசவத்தின் போது இறந்து போகும் குழந்தைகளின் விகிதாசாரத்தைப் பெருமளவில் கட்டுப்படுத்த விரும்பிய சாவேஸ், குழந்தைகளுக்கான சுகாதார நிலையங்களை உருவாக்கினார். விரிவாக சர்வே செய்து, வெனிசுலாவிலுள்ள அத்தனை குழந்தைகளுக்கும் தடுப்பூசி போடப்பட்டது. மருத்துவ சேவை - முற்றிலுமாக இலவசம். போதாது?

அடுத்து, கல்வி. குழந்தைகளுக்கான ஆரம்பப் பள்ளிகள், பல பகுதிகளில் திறந்துவைக்கப்பட்டன. குறிப்பாக, படிப்பு வாசனை அறியாத சேரிகளிலும் கிராமங்களிலும் அதிக அளவில் பள்ளிக் கூடங்கள் திறக்கப்பட்டன. பள்ளிக்குச் செல்லாமல் வீட்டு வேலை செய்து பிழைப்பு ஓட்டும் குழந்தைகளை, பள்ளிக்கு வரவழைத்தார். எழுதப்படிக்கத் தெரியாதவர்களின் எண்ணிக்கை பெருமளவில் குறைந்தது.

●

எண்ணெய்க்கு வரலாம்.

பத்து டாலருக்கு ஒரு பீப்பாய் விற்றால் கட்டுப்படியாக வாய்ப்பே இல்லை. இந்த விலையை யார் முடிவு செய்தது? வெனிசுலா, எண்ணெய் பொங்கும் நாடு என்று சொல்கிறார்கள். எண்ணெய் ஏற்றுமதியில் வெனிசுலா உலகில் ஐந்தாவது இடத்தில் இருக்கிறது என்று சொல்கிறார்கள். எனில், வெனிசுலாவால் ஒரு சவுதி அரேபியா வாக மாற முடியாதது ஏன்? இந்த எண்ணெய் விவகாரம் ஏன் வழவழா கொழகொழா என்று இருக்கிறது?

வெனிசுலாவின் எண்ணெய் வளம் குறித்து தீவிரமாக ஆராயத் தொடங்கினார் சாவேஸ்.

எண்ணெய் வளம் இல்லாவிட்டால் வெனிசுலா இல்லை. வெனிசுலா பொலிவர் நோட்டுகளை முகர்ந்து பார்த்தால், பெட்ரோல் வாசனை அடிக்கும். தேசிய வருவாயில் 80 சதவிகிதம் எண்ணெயிலிருந்துதான் கிடைக்கிறது. அதாவது ஏற்றுமதியின் மூலம். அரசாங்கத்துக்குக் கிடைக்கும் மொத்த வருவாயில் சரிக்குப் பாதி பெட்ரோல் பணம்.

தேசத்திலுள்ள எண்ணெய் வர்த்தகம் அனைத்தும், ஓர் அரசாங்க நிறுவனத்தின் மூலமே செய்யப்படும். அதன் பெயர் Petroleos de Venezuela S.A. சுருக்கமாக, PDVSA. எண்ணெய் தேடுவது, எடுப்பது, பிற நாடுகளுக்கு ஏற்றுமதி செய்வது, இயற்கை வாயுக்களை உருவாக்குவது என்று ஏகப்பட்ட வேலைகளைச் செய்யும் மிகப் பெரிய அமைப்பு இது.

PDVSA தனது கிடங்குகளில் 80 பில்லியன் எண்ணெய் பீப்பாய்களை சேமித்து வைத்திருக்கிறது. எண்ணெய் கையிருப்பிலும் வெனிசுலா வுக்கு உலக அளவில் ஐந்தாவது இடம். கச்சா எண்ணெய் (Heavy crude oil) கையிருப்பு எவ்வளவு தெரியுமா? 235 பில்லியன் பீப்பாய்கள். இது தவிர, திரவ நிலைப் பெட்ரோலும் (Hydro carbon) ஏராளமாக உண்டு. இயற்கை வாயுவும் (Natural Gas) எக்கச்சக்கம். வெளியே எடுத்து பதப் படுத்தினால், அத்தனையும் பெட்ரோலாக மாறும். ஒரு நாளைக்குக் குறைந்தது ஐந்து லட்சம் பீப்பாய் முழுக்க வழிய வழிய பெட்ரோல் எடுக்கலாம்.

●

1917-க்கு பிறகுதான் வெனிசுலாவில் எண்ணெய் குறித்த ஆராய்ச்சிகள் தீவிரமாக மேற்கொள்ளப்பட்டன. பிரிட்டன் எண்ணெய் நிறுவனங்கள் அங்கொன்றும் இங்கொன்றுமாகத் தலையை நீட்டி எட்டிப் பார்த்தன.

வெனிசுலாவுக்கு எண்ணெய் புதிது. எங்கே, எப்படி, எதை வைத்துத் தோண்டவேண்டும் என்றெல்லாம் அவர்களுக்குத் தெரியாது. அதனால் பிரிட்டன் நிறுவனங்களை, இவர்கள் கிட்டத்தட்ட ரத்தினக் கம்பளம் விரித்து வரவேற்றார்கள். குறைவான வரியே விதிக்கிறோம், நிறைய டிஸ்கவுண்ட் தருகிறோம் என்றெல்லாம் அவர்களை தாஜா செய்ய வேண்டியிருந்தது.

உலகப் போருக்குப் பிறகு, அதாவது 1919-க்குப் பிறகு, அமெரிக்கா வெனிசுலாவுக்குள் தலையை நீட்டி எட்டிப் பார்த்து. 'நானும் வந்து தோண்டலாமா?' எனக் கேட்க, சரி என்றது வெனிசுலா. கூடாரத்தைத் தூக்கிக்கொண்டு வந்தார்கள். பீய்ச்சி அடிக்கும் எண்ணெய் வளம் அமெரிக்கர்களைத் திகைக்க வைத்தது. வெனிசுலா ஓர் அட்சய எண்ணெய்ப் பாத்திரம் என்று அவர்களுக்குத் தெரிந்துவிட்டது.

பிரிட்டன் அளவுக்கு அமெரிக்கா சாது அல்ல. தோண்டினோமா வந்தோமா என்று அவர்களால் இருக்க முடியவில்லை. தோண்டும் சமயம் தவிர, பிற சமயங்களில் வெனிசுலாவைச் சுற்றிப் பார்த்தார்கள். அங்கேயே உட்கார்ந்து கணக்குப் போட ஆரம்பித்துவிட்டார்கள். இத்தனை அற்புதமான எண்ணெய் வளத்தை வைத்துக்கொண்டு ஒன்றும் தெரியாமல் இருக்கிறார்களே! வெனிசுலா அரசியல் எப்படி இருக்கிறது? யார் ஆள்கிறார்கள்? பொருளாதாரம் எப்படி? பாதுகாப்பு எப்படி? எல்லாவற்றையும் குறித்துவைத்துக் கொண்டார்கள்.

எப்படிச் சுருட்டலாம் என்று அவர்கள் யோசித்துக்கொண்டு இருக்கும் போதே, வெனிசுலாவில் சில அரசியல் மாற்றங்கள் நிகழ்ந்தன. Accion Democratica என்று ஒரு கட்சி. சுருக்கமாக A.D. ராணுவத்துடன் கைகோத்துக்கொண்டு இவர்கள் ஆட்சியைக் கைப்பற்றினார்கள். ரோமுலோ காலிகோஸ் (Romulo Gallegos) என்பவர் புதிய அதிபராகப் பொறுப்பேற்றுக்கொண்டார்.

கொஞ்சம் விஷயம் தெரிந்தவர் என்பதால், ஆட்சியைப் பிடித்த கையோடு எண்ணெய்க் கிணறுகள் பக்கம் தன் பார்வையைத் திருப்பினார். யார் யார் தோண்டுகிறார்கள்? பிரிட்டன்? அமெரிக்கா? சரி.

எண்ணெய்தான் தேசத்தின் முதுகெலும்பு என்பதை வெனிசுலா அறுபதுகளில் கண்டுகொண்டது. அதற்குப் பிறகு, வெனிசுலாவின் பொருளாதாரம் உச்சத்துக்குப் போனது. ஒரே ஒரு பிரச்னைதான். எண்ணெயின் விலையைத் திட்டவட்டமாக நிர்ணயிக்க முடிய வில்லை. ஒவ்வொரு நாடும் ஒவ்வொரு விலைக்கு ஏற்றுமதி செய்துகொண்டிருந்தார்கள்.

எண்ணெய் விலையை அதிகப்படுத்தவேண்டும். அப்படிச் செய்தால் தான் வருவாய் அதிகமாகும். என்ன செய்தால் விலை அதிகமாகும்? இதற்கு சாவேஸ் ஒரு வழியைக் கண்டுபிடித்தார். அதாவது எண்ணெய் உற்பத்தியைக் குறைத்துக்கொள்ளவேண்டும். அப்படிச் செய்தால் சர்வதேச சந்தையில் எண்ணெயின் தேவை அதிகரிக்கும். விலையும் அதிகரிக்கும். சுலபத்தில் சொல்லிவிடலாம். ஆனால் நடைமுறைப் படுத்த முடியுமா? முடியும். OPEC நினைத்தால் முடியும் என்பது சாவேஸின் நம்பிக்கை.

அது என்ன OPEC? Oil Producing and Exporting Countries. வெனிசுலா வைப் போல் எண்ணெயே பிரதானம் என்று இருந்த மத்தியக் கிழக்கு நாடுகள் ஒன்றிணைந்து தொடங்கிய அமைப்பு. கச்சா எண்ணெய்க்கு உலக அரங்கில் இவர்கள்தான் விலையை நிர்ணயிப்பார்கள்.

1960-ம் ஆண்டு இந்த எண்ணெய்க் கூட்டமைப்பு தொடங்கப்பட்டது. அப்போதைய உறுப்பினர்கள் வெனிசுலா, இராக், இரான், குவைத் மற்றும் சவுதி அரேபியா. மேலும் ஆறு நாடுகள் இந்த அமைப்பில் இணைந்துகொண்டன. அல்ஜீரியா, இந்தோனேசியா, லிபியா, ஐக்கிய அரபு எமிரேட், கத்தார், நைஜீரியா.

OPEC நாடுகள் ஒவ்வொன்றுக்கும் தனித்தனி சுற்றுப்பயணம் மேற் கொண்டார் சாவேஸ். 'நம் பொருளாதாரம் மேலும் மேம்படவேண்டும். எண்ணெயை விட்டால் நமக்கு வேறு நாதியில்லை. சர்வதேச அரங்கில் எண்ணெயின் விலையை நாம்தான் முடிவு செய்கிறோம். திடீரென்று விலையை அதிகப்படுத்தினால் ஏற்றுக்கொள்ள மாட்டார்கள். எனவே, எண்ணெய் உற்பத்தி செய்வதை குறைத்துக்கொள்ளுங்கள்!' என்ற ஒரே ஒரு கோரிக்கையைத்தான் எல்லா நாடுகளுக்கும் முன்வைத்தார். பாக்தாத் சென்று சதாம் ஹுசைனைச் சந்தித்தார். வளைகுடா போருக்குப் பிறகு சதாமைச் சந்தித்த ஒரே தலைவர் சாவேஸ்தான். 2002-ல் OPEC மாநாடு வெனிசுலாவில் நடைபெற்றது.

OPEC நாடுகள் சாவேஸின் யோசனையை ஏற்றுக்கொண்டன. உற்பத்தி அளவைக் குறைத்துக்கொண்டார்கள். சாவேஸ் எதிர்பார்த்ததைப் போலவே சர்வதேசச் சந்தையில் ஒரு பீப்பாயின் விலை 25 டாலரி லிருந்து 60 டாலராக அதிகரித்தது. முதல் முறையாக மிகப் பெரிய அளவில் OPEC நாடுகளுக்கு லாபம் கிடைத்தது.

அதற்குக் காரணம் சாவேஸ். வெனிசுலாவைத் தாண்டி அவரது ஆளுமை பரவலாக பரவத் தொடங்கியது அப்போதுதான்.

இதனால் அதிக பாதிப்புக்குள்ளானது அமெரிக்கா.

7. வீழ்ச்சி, எழுச்சி

சாவேஸின் சீர்திருத்த நடவடிக்கைகளால் பாதிக்கப்பட்ட பலர், அவருக்கு எதிராகக் கலகம் செய்ய விரும்பினர். சாவேஸ் இருக்கும் வரை அவர்களால் நிம்மதியாக இருக்க முடியாது. இது தெரிந்ததே! எனில், அவரை என்ன செய்வது? இரண்டு வழிகள். ஒன்று, முறைப் படி அவருடன் போட்டியிட்டுத் தேர்தலில் வெல்லலாம். ஆனால் இது சாத்தியமல்ல. எப்படியோ மக்கள் மத்தியில் அவர் மிகப் பெரிய செல்வாக்கைப் பெற்றுவிட்டார். நேருக்கு நேராக நின்று மல்லுக்கட்ட முடியாது.

இன்னொரு வழி அவரைக் கொல்வது. இதுவும் அத்தனை சுலபமல்ல. எப்போதும் அவரைச் சுற்றி ஒரு வலிமையான பாதுகாப்பு வளையம். ராணுவப் படை. மிராஃப்ளோரிஸ் முழுவதும் ராணுவம் மொய்த்துக் கொண்டிருக்கும். எனில், என்னதான் வழி?

எல்லோரும் உட்கார்ந்து யோசித்தார்கள். சில ஜெனரல்கள். சில பண்ணையர்கள். சில ஊழல் அதிகாரிகள். முந்தைய அரசாங்கத்தைச் சேர்ந்தவர்கள். மாஜி மந்திரிகள். கூடவே, கறுப்புச் சந்தை ஆயுத வியாபாரிகள்.

ராணுவக் கலகம் என்ற திட்டம் உருவானது அப்போதுதான். எந்த ராணுவம் அவருக்குப் பாதுகாப்பு கொடுக்கிறதோ அதே ராணுவத்தை வைத்து அவரைக் கவிழ்க்க வேண்டும். ராணுவம்தான் தேசத்தின் உயிர் மூச்சு என்று வார்த்தைக்கு வார்த்தை சொல்லிக்கொண்டிருந்தார் அல்லவா? அதே ராணுவத்தைக் கொண்டு அவரை விரட்டியடிக்க வேண்டும்.

ஆயுத சப்ளை நபர்களுக்குக் கொண்டாட்டமாகிவிட்டது. 'ம், அப்புறம்!' என்று நாற்காலியை முன்னுக்கு நகர்த்தி உட்கார்ந்து கொண்டார்கள். எங்கே எப்படி எப்போது ஆரம்பிக்கலாம் என்று பேசினார்கள்.

முதலில், சாவேஸுக்கு எதிராக ராணுவத்தைத் திரட்டவேண்டும். என்ன சொல்லித் திருப்புவது? ஒரு வழி தெரிந்தது. நான்கு பேரை அழைத்தார்கள். செயற்கையாக ஒரு கலவரத்தைத் தூண்டினார்கள். ராணுவம் வந்தது. மோதல் தொடங்கியது. இவர்கள் அடித்தார்கள், அவர்களும் பதிலுக்கு அடித்தார்கள். இந்த முழுநீளச் சண்டையை, அந்த நான்கு பேரும் வீடியோவில் பதிவு செய்துகொண்டார்கள்.

மறுநாள். படை வீரர்கள் வரவழைக்கப்பட்டனர். ஜெனரல் அவர் களிடம் உருக்கமாகப் பேசினார்.

'வீரர்களே! நம் அதிபரைப் பற்றி சில ரகசிய விஷயங்களை நீங்கள் தெரிந்துகொள்ள வேண்டிய நேரம் வந்துவிட்டது. நாம் நினைப்பது போல் அவர் ஒரு சீர்திருத்தவாதியோ புரட்சியாளரோ அல்ல. அவர் ஒரு படு பயங்கர சர்வாதிகாரி!'

'என்ன, சர்வாதிகாரியா?'

'ஆமாம். ஆரம்பத்தில் அவர் பல பயனுள்ள திட்டங்களை அமல் படுத்தியது உண்மைதான். அதற்கு நாம் அனைவரும் உதவி செய்ததும் உங்களுக்கு நினைவிருக்கும். ஆனால், நாள்கள் செல்லச் செல்ல அவரும் மாறிவிட்டார். சட்டத்தைத் தன் இஷ்டத்துக்கு வளைக்கிறார். ஹிட்லர், முசோலினி போல் ஓர் ஆண்டுக்கு சர்வாதிகாரியாக இருந்தார். அப்போது அவர் செய்த அக்கிரமங்களைச் சொல்லி மாளாது.'

'உண்மையாகவா சொல்கிறீர்கள்? நம்பவே முடியவில்லையே!'

'ஆமாம். அவர் இப்போது நமக்குக் கொடுத்திருக்கும் வேலை என்ன தெரியுமா? மக்களைக் கொல்வது. சொன்னால் நம்ப முடியாதுதான். ஆனால், உண்மையில் அதைத்தான் அவர் செய்யச் சொல்லியிருக்கிறார். ஒரு சர்வாதிகாரியாக நீடிக்கும் ஆசை அவருக்கு வந்துவிட்டது. மக்கள் அனைவரும் கொதித்துப் போயிருக்கிறார்கள். சாவேஸுக்கு எதிராகத் திரள்கிறார்கள். எனவே, அவர்களைக் கொல்லச் சொல்லி உத்தர விட்டிருக்கிறார்.'

'அதிர்ச்சியாக இருக்கிறதே! அவரா இப்படி?'

'சந்தேகமாக இருந்தால், இந்த வீடியோவைப் பாருங்கள்.'

அந்த வீடியோவை நகலெடுத்து, எல்லா இஷ்ட மித்ர பந்துக்களுக்கும் கொடுத்தார்கள்.

பார்த்தவர்கள் அதிர்ந்துபோனார்கள். ஆமாம். ராணுவம் யாரையோ போட்டு அடிக்கிறது. அடி வாங்குபவர்கள் அப்பாவிகளாகத்தான்

இருக்கிறார்கள். நிச்சயம் இது ஒரு சர்வாதிகாரச் செயல்தான். ஆதாரத்தைக் காட்டியபிறகு என்ன செய்ய முடியும்?

படை வீரர்கள் தடுமாறி நின்ற அந்த ஒரு கணத்தை சாதகமாக்கிக் கொண்டார்கள். ராணுவ ஜெனரல், படை வீரர்களிடம் பேசினார். 'கவலைப்படாதீர்கள்! சாவேஸின் கட்டளைக்கு நாம் கீழ்ப்படிய வேண்டிய அவசியம் கிடையாது. ராணுவத்தின் உண்மையான பலம் அவருக்குத் தெரியவில்லை. அதை நாம் அவருக்குக் காட்டுவோம். எல்லோரும் ஒன்றுதிரண்டு போராடுவோம். இனியும் சாவேஸ் ஆட்சியில் நீடிப்பது சரியல்ல. எந்த ராணுவத்தை அவர் தவறாக உபயோகிக்கத் துணிந்தாரோ அதே ராணுவத்தை வைத்து நாம் அவரை வீழ்த்துவோம்.'

ராணுவப் புரட்சிக்கு நாங்கள் தயார் என்று படை வீரர்கள் உணர்ச்சி பொங்க அறிவித்தனர்.

ஒட்டுமொத்த வெனிசூலாவையும் புரட்டிப் போட்ட அந்தக் கலகம், ஒரு சிறிய பேரணியில் ஆரம்பித்தது. ஆரம்பித்து வைத்தவர்கள் விமானப்படைத் தளபதி பெட்ரோ வின்சென்ட் சோடோ (Pedro Vincent Soto) மற்றும் தேசிய பாதுகாப்புத் தளபதி பெட்ரோ ஃப்ளோரஸ் ரிவேரோ (Pedro Flores Rivero). 'சாவேஸ் ஒழிக!' கோஷம் போட்டபடி சாலையில் இறங்கி நடந்தார்கள்.

நேரம் செல்லச் செல்ல உக்கிரம் கூடிக்கொண்டே போனது. கோஷங்கள் பலமாக ஒலிக்கத்தொடங்கின. என்ன கூச்சல் என்று லத்தியைச் சுழற்றியபடி காவல் படை வந்து சேர்ந்தது. வந்து சேர்ந்ததா? இந்த இருவர் எதிர்பார்த்ததும் இதைத்தான். முதல் பொறி கிளம்பியது. கொத்துக் கொத்தாகப் பிடித்துக்கொண்டுச் சென்று உள்ளே தள்ளினார்கள்.

●

ஏப்ரல் 7, 2002. வெனிசூலாவின் மிகப் பெரிய எண்ணெய் நிறுவனமான PDVSAவைச் சேர்ந்த ஏழு முக்கிய உயர் அதிகாரிகளைப் பணியிலிருந்து நீக்கினார் சாவேஸ். சுமார் ஆறு வாரங்களாகவே புகைந்துகொண்டிருந்த பிரச்னைதான். PDVSA வின் கோரிக்கைகளை சாவேஸ் ஏற்றுக்கொள்ள மறுத்துவிட்டதால், பிரச்னை இன்னமும் புகைந்துகொண்டிருந்தது.

PDVSA, சாவேஸிடமிருந்து சில சலுகைகளை எதிர்பார்த்தது. லத்தீன் அமெரிக்காவிலேயே பெரிய எண்ணெய் நிறுவனம், வெனிசூலாவின் பொருளாதாரத்தை நிர்ணயிக்கும் நிறுவனம். எனவே, சாவேஸ் அவர்களைச் செல்லம் கொஞ்ச வேண்டும் என்பது எதிர்பார்ப்பு நம்பர்

ஒன்று. எதிர்பார்ப்பு நம்பர் இரண்டு, PDVSA-வின் உள்விவகாரங்களில் சாவேஸ் தலையிடக்கூடாது.

PDVSA-வின் இரண்டு எதிர்பார்ப்புகளையும் சாவேஸ் உடைத்து எறிந்தார். PDVSA-வை அரசாங்கத்தின் நேரடிக் கட்டுப்பாட்டுக்குள் கொண்டு வரவேண்டும் என்பது அவருடைய திட்டம். வெனிசுலாவின் முதுகெலும்பே எண்ணெய் வர்த்தகம்தான் என்பதால், PDVSA-வின் கணக்கு வழக்குகளை அரசாங்கம் சரி பார்க்க வேண்டும் என்று உத்தர விட்டார். தலைமை அதிகாரிகளைத் தேர்வு செய்வது முதற்கொண்டு, எண்ணெய் உற்பத்தியை நிர்வாகம் செய்வது வரை அத்தனை சமாசாரங் களையும் அரசாங்கத்தின் சம்மதத்தின் பேரில் மட்டுமே செய்யப்பட வேண்டும் என்று சாவேஸ் கேட்டுக்கொண்டார்.

PDVSA தனது எதிர்ப்பைத் தெரிவித்தது. எங்கள் தலைவர்களை நாங்கள்தான் தேர்ந்தெடுத்துக்கொள்வோம் என்றது. சாவேஸ் அவர்களுடன் பேசிப்பார்த்தார். அரசாங்கத்தின் நிலைமையை எடுத்துச் சொன்னார். ஆனால் அவர்கள், எந்தச் சமாதானத்தையும் கேட்கத் தயாராக இல்லை. இதற்கு மேல் பேசிப் பிரயோஜனமில்லை என்பதைப் புரிந்துகொண்ட சாவேஸ், PDVSA-வின் உயர் அதிகாரக் குழுவை அப்படியே வீட்டுக்கு அனுப்பினார். மொத்தம் ஏழு பேர். எல்லோருமே பெரிய ஆள்கள். அவர்களுக்குப் பதிலாக வேறு அதிகாரிகள் நியமிக்கப்பட்டனர்.

ஏப்ரல் 8, 2002. PDVSA ஊழியர்கள் போராட்டத்தில் குதித்தனர்.

ஏப்ரல் 9, 2002. இரண்டு நாள்கள் வெனிசுலாவில் முழு நீள வேலை நிறுத்தம் மேற்கொள்ளப் போகிறோம் என்று CTV (Confederacion de Trabajadores de Venezuela) என்னும் தொழிலாளர் அமைப்பு அறிவித்தது. மிகவும் சக்திவாய்ந்த அமைப்பு. Democratic Action (DA) என்னும் கட்சிக்கு ரொம்பவும் நெருக்கமானவர்கள். CTV ஒரு வார்த்தை வா என்று அழைத்தால் அத்தனை தொழிலாளர்களும் வாசுகி அம்மையார் போல் போட்டது போட்டபடி ஓடி வருவார்கள்.

CTV போராட்டத்தில் குதித்ததற்குக் காரணம் உண்டு. இந்த அமைப்பைச் சேர்ந்த உயர் மட்ட அதிகாரிகள் பலர் ஊழல் திலகங்களாக இருந்த தால், சாவேஸ் அரசாங்கம் இவர்களுடைய சீட்டைக் கிழித்தது. அடுத்து யாருடைய சீட் என்ற பயம் எல்லோருக்கும் இருந்தது.

சாவேஸை இவர்களுக்குப் பிடிக்காமல் போனதற்கு இன்னொரு காரணமும் உண்டு. நாங்கள் அரசாங்கத்துக்கு அப்பாற்பட்டவர்கள். எங்கள் உள் விவகாரங்களில் தலையிடும் உரிமை யாருக்கும் கிடையாது என்ற அகந்தை CTV-க்கு நிறையவே உண்டு. ஆனால்

சாவேஸ், அந்த அகந்தையை வெடிவைத்துத் தகர்த்தார். உங்கள் இஷ்டத் துக்கு இயங்கக் கூடாது, எல்லாம் முறைப்படிதான் நடக்கவேண்டும் என்றார்.

PDVSA-வுக்கு ஏற்பட்ட அதே கதிதான். தேர்தல் நடத்தித்தான் உங்கள் தலைவரைத் தேர்ந்தெடுத்துக்கொள்ள வேண்டும் என்றார். சொன்ன தோடு நிறுத்திக்கொள்ளாமல், தேர்தலையும் நடத்தி ஒரு தலை வரையும் தேர்ந்தெடுத்தார். கணக்கு வழக்குகளை ஒழுங்காகப் பராமரிக்கவேண்டும், ஒழுங்காக மாதா மாதம் எனக்கு ரிப்போர்ட் தரவேண்டும் என்று ஏகப்பட்ட கன்டிஷன்களையும் போட்டுவிட்டார். தொடங்கப்பட்ட நாள் முதலாக, CTV வரலாற்றிலேயே இப்படி ஓர் அசம்பாவிதம் நடைபெற்றது கிடையாது. சே! கணக்கு வழக்குகளைப் போய் கேட்பார்களா!

அழையா விருந்தாளியாக Democratic Action (DA) கட்சி ஆள்களும் வேலை நிறுத்தத்தில் கலந்துகொண்டனர். எதிர்க்கட்சி அல்லவா? தவிரவும், DA கட்சியின் தலைவர் கார்லோஸ் ஒர்டேகாதான் (Carlos Ortega) CTV-ன் தலைவர்.

இரண்டு நாள்கள் வெனிசூலா ஸ்தம்பித்து நின்றது.

ஏப்ரல் 11, 2002. 'PDVSA மீது சாவேஸ் ஒடுக்குமுறை', 'தலைவர்களை அவர் பணியிலிருந்து நீக்கிவிட்டார்' போன்ற பரபரப்புச் செய்திகள் காட்டுத்தீயாக பரவத் தொடங்கியது. PDVSA ஊழியர்கள் பதற்றமடை கின்றனர். PDVSA தலைமைச் செயலகம் நோக்கி படையெடுக்கிறார்கள். நூற்றுக்கணக்கில், ஆயிரக்கணக்கில், லட்சக்கணக்கில் மக்கள் திரள் கிறார்கள். கிட்டத்தட்ட அதே சமயம் மிராஃப்ளோரஸில் சாவேஸுக்கு ஆதரவாக மக்கள் குவியத் தொடங்கினர்.

PDVSA ஒரு வேலை செய்தது. வந்திருந்த அத்தனை பேரையும் மிராஃப்ளோரஸ் நோக்கித் திருப்பி விட்டது. 'இத்தனை பிரச்னை களுக்கும் காரணம் சாவேஸ்தான். அவர் அதிபர் மாளிகையில் இருக் கிறார். அங்கே சென்று கொடி தூக்குங்கள்!' வந்திருந்த அத்தனை பேரும் அப்படியே கிளம்பி மிராஃப்ளோரஸுக்குச் சென்றனர்.

கலகக்காரர்களின் விருப்பம் பூர்த்தியானது. சாவேஸ் ஆதரவுக் கூட்டமும் சாவேஸ் எதிர்ப்புக் கூட்டமும் ஒருவரை மாற்றி ஒருவர் தாக்கிக்கொள்ள ஆரம்பித்தனர். காவல் படைகள். கலகக்காரர்கள். பொது மக்கள். அத்தனை பேரும் ஒருவருடன் ஒருவர் மோதிக் கொண்டனர். காவல் படை, கலகக்காரர்களை ஒன்றும் செய்யவில்லை. காரணம், அவர்கள் உள்ளூர் மேயரின் ஆள்கள். சாவேஸுக்கு ஆதர வாகக் கோஷம் போடுபவர்களை மட்டும் பிடித்து அவர்களது

நெற்றிப்பொட்டில் துப்பாக்கி வைத்து சுட்டுக் கொன்றனர். கண்மூடித் திறப்பதற்குள் இருபது பேர் கொல்லப்பட்டனர். நூற்றுக்கணக்கான வர்கள் காயம் அடைந்தனர்.

தன்னுடைய ஆட்சியில் இப்படி ஒரு மனிதத்தன்மையற்ற தாக்குதல் நிகழும் என்று சாவேஸ் சற்றும் எதிர்பார்க்கவில்லை. அன்று மதியம் முழுவதும் சாவேஸ் மக்களிடம் பேசிக்கொண்டே இருந்தார். மக்கள் வன்முறையைக் கைவிட வேண்டும் என்றும், பேரணி நடத்துபவர்கள் உடனடியாகக் கலைந்து செல்லவேண்டும் என்றும் கேட்டுக் கொண்டார். பிரச்னை உடனடியாகத் தீர்த்துவைக்கப்படும் என்றும் நம்பிக்கை தெரிவித்தார். அன்று முழுவதும் டிவியில் அவர் முகம்தான்.

அதெப்படி, சாவேஸ் டிவியில் பேசலாம்? அவர் பேசினால் போராட்டம் நின்றுவிடும் அல்லவா? போராட்டம் நின்றுவிட்டால் அத்தனை திட்டமும் பாழ் என்றுதானே அர்த்தம்? கலகக்காரர்கள் விடவில்லை.

சாவேஸுக்கு ஒரு டிவி கிடைத்தால், அவர்களுக்கு ஒரு டிவி கிடைக் காதா? தனியார் தொலைக்காட்சிகள் உடனடியாக மிராஃப்ளோரஸுக்கு விரைந்தன. நடந்துகொண்டிருந்த களே0.பரத்தை அப்படியே படம் பிடித்து ஒளிபரப்பு செய்தது. அதுவும் வம்படியாக. ஒரு பக்கம் சாவேஸ் பேசிக்கொண்டிருப்பார். மற்றொரு பக்கம் துப்பாக்கிச் சூடு நடந்து கொண்டிருக்கும். இதுதான் சாவேஸின் லட்சணம் என்று கிண்ட லடிக்கும்படி அமைந்திருந்தது அந்த நிகழ்ச்சி. உலகம் முழுவதும் இந்தக் காட்சி ஒளிபரப்பப்பட்டது.

வெனிசுலாவை கிடுகிடுக்க வைத்த இந்தச் சம்பவம் பற்றிய விசாரணை, இன்றைய தேதி வரை முடிந்தபாடில்லை. அத்தனை பெரிய கூட்டம் மொத்தமாக வன்முறையில் இறங்கியதால், யாரை யார் கொன்றது என்ற விவரத்தை அறிய முடியவில்லை. வெனிசுலா அரசியல் வரலாற்றில் இந்தத் தாக்குதல் சம்பவம் இன்றுவரை ஒரு மர்மமாகவே நீடிக்கிறது.

சாவேஸும், அவருடைய அமைச்சர்களும் அதிபர் மாளிகையில் அமர்ந்து நிலைமையை ஆராய்ந்துகொண்டிருந்தனர். பாதுகாவலர்கள் பதற்றத்தில் இருந்தனர். மாளிகைக்கு வெளியே டேங்கிகளைக் கொண்டுவந்து நிறுத்தியிருந்தனர்.

தலைமை ஜெனரல் லூகாஸ் ரின்கான் ரொமேரோ (Lucas Rincon Romero), சாவேஸுக்கு நம்பிக்கை அளித்துக்கொண்டிருந்தார்.

'கவலைப்படாதீர்கள்! உங்கள் உயிருக்கு எந்தவித ஆபத்தும் வராமல் நாங்கள் பார்த்துக்கொள்கிறோம்.'

சாவேஸ் அவர்களை வெறுமையுடன் பார்த்தார். சில நிமிடங்கள் யாரும் எதுவும் பேசவில்லை.

'நான் ராஜினாமா செய்துவிடவா?'

'இது ஒரு சிறிய பிரச்னை. இதற்கு எதற்கு நீங்கள் ராஜினாமா செய்ய வேண்டும்? உங்களுடைய எதிரிகள் செய்த சதி இது. அவர்கள்தான் எல்லோரையும் தூண்டி விட்டுக்கொண்டிருக்கிறார்கள். நீங்கள் எதற்கு, அவர்களுக்குப் பயந்து ராஜினாமா செய்யவேண்டும்?'

'நம்முடைய ராணுவமே எனக்கு எதிராகச் செயல்படுகிறது. அதற்குப் பிறகு நான் அதிபராக நீடித்து என்ன பயன்?'

ரிங்கான் பதில் எதுவும் பேசவில்லை.

'இதுதான் சரி என்று எனக்குப் படுகிறது. நான் ராஜினாமா செய்து விடுகிறேன்!' என்றார் சாவேஸ்.

சிறிது இடைவெளி விட்டுத் தொடர்ந்தார்.

'ஒருவேளை நான் அப்படிச் செய்யவில்லை என்றால், இவர்களது வன்முறை வெறியாட்டம் அதிகரித்துக்கொண்டே போகும். பதவிக்காக மக்களைப் பலி கொடுக்க நான் தயாராக இல்லை. தவிரவும், ராணுவத் துக்கு ஏனோ என்னைப் பிடிக்கவில்லை. அதற்கான காரணத்தை நான் அறிந்துகொள்ள வேண்டும்!'

ஜெனரல் அர்டூரோ சுக்ரே (Arturo Sucre), ஜெனரல் ரொசென்டோ (Rosendo) இருவரையும் அழைத்தார் சாவேஸ்.

'நீங்கள் இருவரும் என் சார்பாக கலகக்காரர்களைச் சந்தித்துப் பேசவேண்டும். நான் ராஜிநாமா செய்யச் சம்மதிக்கிறேன் என்று அவர் களுக்குச் சொல்லுங்கள். ஆனால் அவர்கள் அதற்குப் பதிலாக, சில நிபந்தனைகளுக்குக் கட்டுப்படவேண்டும்.'

இருவரும் சாவேஸை உற்றுப் பார்த்தனர். சாவேஸ் தொடர்ந்தார்:

'முதலாவதாக, இந்த நிமிடம் முதல் மக்களுக்கு எந்தவித அச்சுறுத்தலும் இருக்கக்கூடாது. கலவரம் உடனடியாக நிறுத்தப்படவேண்டும். இரண்டாவதாக, என்னுடைய ராஜினாமாவை நான் சபையில்தான் சமர்ப்பிப்பேன். எனக்குப் பிறகு, துணை அதிபர்தான் ஆட்சியில் அமர வேண்டும். என்னுடைய மூன்றாவது நிபந்தனை இதுதான். மக்களிடம் நான் நேரடியாகப் பேசவேண்டும். என்னுடைய ராஜினாமாவைப் பற்றி நான் அவர்களுக்குச் சொல்லவேண்டும். அப்போதுதான் அவர்களுக்கு நிலைமை புரியும்!'

சாவேஸின் செய்தியை எடுத்துக் கொண்டு அவர்கள் வெளியேறி னார்கள். அடுத்த சில மணி நேரங்களுக்குப் பிறகு, அவர்களிடமிருந்து ஒரு தொலைபேசி அழைப்பு.

'அவர்கள் ஒப்புக்கொண்டுவிட்டார்கள்.'

அடுத்து, ரின்கனை அழைத்தார் சாவேஸ்.

'எனக்காக ஓர் உதவி செய்யுங்கள். கலவரம் நடந்துகொண்டிருக்கும் இடத்துக்கு உடனே சென்று பாருங்கள். மக்கள் என்ன நினைக்கிறார்கள் என்று எனக்குத் தெரியவேண்டும்.'

சிறிது நேரத்தில் தொலைபேசி அழைப்பு வந்தது. தயங்கித் தயங்கிப் பேசினார் ரின்கன்.

'இன்னமும் கலவரம் நின்றபாடில்லை. சதிகாரர்கள் உங்களுக்கு எதிரான கோஷங்களை எழுப்பிக்கொண்டிருக்கிறார்கள். என்ன செய்வது?'

'நான் ராஜினாமா செய்துவிட்டேன் என்று அவர்களிடம் சொல்லுங்கள். அத்தனை பேரிடமும் சொல்லுங்கள். வெனிசுலா முழுக்கச் சொல்லுங்கள். அப்படியாவது அவர்கள் கலவரத்தை நிறுத்துகிறார்களா என்று பார்ப்போம்.'

ஏப்ரல் 12. விடிகாலையில் அந்தச் செய்தி, தொலைக்காட்சியில் நேரடியாக ஒளிபரப்பப்பட்டது. ஒரே ஒரு வரிதான் பேசினார் ரின்கன். 'அதிபர் ஹியூகோ சாவேஸ் ராஜினாமா செய்துவிட்டார்.'

இனி சாவேஸ் முன்வைத்த நிபந்தனைகளுக்கு என்னதான் பதில்? அதுகுறித்து துளியும் கவலைப்படவில்லை, கலவரக்காரர்கள். அவரை இனி அமைச்சரவைக்கு அழைத்துப் போகக்கூடாது. ராஜினாமா செய்துவிட்டேன் என்று ரின்கன் மூலமாக அவர் டிவியில் சொன்னதே போதுமானது என நினைத்த அவர்கள், மக்களிடம் அவரைப் பேச விடக் கூடாது. தொலைக்காட்சிகளில் அவர் இனி தோன்றக்கூடாது. ராணுவப் புரட்சி ஏற்பட்டு ஆட்சியைக் கலைத்துவிட்டோம், சாவேஸ் சரணடைந்துவிட்டார் என்ற தகவலே போதுமானது. வேறு எதையும் மக்கள் தெரிந்துகொள்ள வேண்டிய அவசியம் கிடையாது என எண்ணி னர். அப்படித் தெரிந்துகொண்டால் சதி அம்பலமாகிவிடுமே!

சாவேஸை, அதிபர் சாவேஸை அல்ல, சாவேஸை டியூனா கோட்டைக்கு (Fort Tiuna) ஒரு கைதியாக அழைத்துச் சென்றது ராணுவம். கலகத்தில் இறந்துபோனவர்களைப் பற்றி அவரிடம் விசாரணை மேற்கொள்ளவேண்டும் என்றார் ஜெனரல் ரோமன் ஃப்யூமேயர் (Roman Fuemayor).

சாவேஸ் போட்டுவைத்திருந்த கணக்கு, தப்பிப்போனது. சமீபத்தில், தான் எடுத்த சில அதிரடி முடிவுகள் சில குறிப்பிட்ட குழுக்களுக்கு எதிரானவை என்று அவருக்குத் தெரியும். சில பெரும் நிறுவனங்களும் தன் மீது பாய்வதற்குத் தயாராக இருப்பதையும் அவர் அறிந்திருந்தார்.

ஆனால், ஒட்டுமொத்த ராணுவமும் தன்னை எதிர்க்கிறதா அல்லது ஒரு சில ஜெனரல்கள் மட்டுமா? ராணுவத்தின் இந்த நடவடிக்கை மக்களுக்குத் தெரியுமா? மக்கள் என்ன நினைத்துக் கொண்டிருக் கிறார்கள்? மக்களுக்கும் இதில் பங்கு இருக்கிறதா? மக்களுக்கும் என் மீது அதிருப்தி இருக்கிறதா? எதனால்? அவர்களது நலனுக்காகத்தானே ஒவ்வொரு முக்கிய முடிவையும் எடுத்தோம்? தேர்தலில் வெற்றி பெற்றது செல்லாது என்று ஒரு சிறு பகுதியினர் எதிர்ப்பு தெரிவித்த போது, உடனடியாக மறு தேர்தலுக்கு ஒப்புக்கொண்டோமே! புதிய அரசியலமைப்புச் சட்டத்தைக் கொண்டு வரும்போதும் மக்களை ஆலோசித்தோமே! பிறகு ஏன் அவர்கள் என்னை எதிர்க்க வேண்டும்?

எல்லாவற்றையும் கண்டுபிடிக்கவேண்டும். சமீபத்தில் எடுத்த முடிவு களை ஆராயவேண்டும். எங்காவது தவறு செய்து இருக்கிறோமா என்று பார்க்கவேண்டும். துணை அதிபரை நியமித்துவிட்டு, சிறிது காலம் க்யூபாவுக்குப் போகலாம் என்று சாவேஸ் நினைத்திருந்தார்.

இப்படி திடுதிடுப்பென்று ராணுவம் தன்னைக் கைது செய்யும் என்று அவர் எதிர்பார்க்கவில்லை. அவரை அதிர்ச்சியடையச் செய்த மற்றொரு விஷயம், துணை அதிபரை நியமிக்காதது. மாறாக, பெட்ரோ கார்மோனா (Pedro Carmona) என்பவரை இடைக்கால அதிபராக ராணுவம் நியமித்தது.

வெனிசூலாவில் என்ன நடக்கிறது என்று புரியாமல் குழம்பித் தவித்துக் கொண்டிருந்த மக்கள், முதல் முறையாக களத்தில் குதித்தார்கள். ஹியூகோ சாவேஸ் எங்கே? அவர் உண்மையாகவே ராஜினாமா செய்து விட்டாரா? ராணுவம் ஏன் அவருக்கு எதிராகத் திரும்புகிறது? யார் இந்த பெட்ரோ? நாங்கள் ஓட்டுப் போட்டு தேர்ந்தெடுத்தவரை வெளியில் அனுப்பிவிட்டு, வேறு யாரோ ஒருவரை பதவியில் அமர்த்தும் உரிமையை யார் ராணுவத்துக்கு வழங்கியது?

ஏப்ரல் 13. மக்கள் போராட்டத்தில் குதித்ததைக் கேள்விப்பட்ட சாவேஸ் முதல் முறையாகப் புன்னகைத்தார். 'மக்கள் என்னை கைவிட வில்லை. இனி அவர்களை நான் கைவிடமாட்டேன்!'

மக்கள் சாவேஸைத் தேட ஆரம்பித்தார்கள். ஆயிரக்கணக்கான மக்கள் அதிபர் மாளிகைக்கு முன்னால் கூடினார்கள். தடியடி, கண்ணீர் புகை என்று எப்படி மிரட்டினாலும், அவர்கள் நகர்வதாக இல்லை. மக்கள்

திரள் மேலும் மேலும் கூடிக்கொண்டே போனதே தவிர குறைய வில்லை. எங்கே சாவேஸ்? எங்கே சாவேஸ்?

தொண்டையைக் கனைத்துக்கொண்டு வெளியே வந்தார் கார்மோனா.

'யாரும் பதற்றப்படவேண்டாம். சிறிய பிரச்னைதான். இன்னும் சிறிது நேரத்தில் எல்லாம் சரியாகிவிடும். எல்லோரும் அமைதியாக வீட்டுக்குச் செல்லுங்கள்.'

அவரது பிரசங்கத்தை ஒருவரும் காது கொடுத்துக் கேட்கவில்லை.

வெனிசுலா பற்றி எரிந்தது. இதற்கு மேல் ஒரு நொடி தாமதித்தாலும் அதிபர் மாளிகையை உடைத்து காலி செய்துவிடுவார்கள் என்ற நிலையில், ராணுவத்தினர் முதல் முறையாக உட்கார்ந்து யோசித்தனர். சாவேஸின் முழு பலத்தையும் அவர்கள் முழுமையாக உணர்ந்து கொண்டது அந்தத் தருணத்தில்தான்.

சாவேஸ் விடுவிக்கப்பட்டார்.

பெட்ரோ கார்மோனாவை வீட்டுக்கு அனுப்பி வைத்தார்கள். ஒரு நாள் அதிபர்!

மிராஃப்ளோரெஸ் மாளிகை முழுவதும் கொண்டாட்டங்கள். சாவேஸை ஆதரிக்கும் ராணுவத்தினரும் மக்களும் பெரும் திரளாகக் கூடி சாவேஸை வரவேற்றார்கள். Palace Guard பாதுகாப்புப் படை ஆரவாரமாக சாவேஸுக்குக் கையசைத்தது.

சாவேஸ் மக்களுடன் மனம் விட்டுப் பேசினார்:

'இப்போது நம் அனைவருக்கும் தேவை அமைதி. இதுவரை நடந்த சம்பவங்கள், வன்முறைகள் அனைத்தும் நமக்கு மிகப் பெரிய பாடத்தைக் கற்றுத் தந்துள்ளது.'

8. அமெரிக்கா என்னும் ஆக்டோபஸ்

அலுவலகம் திரும்பியவுடன் சாவேஸ் இரண்டு விஷயங்களை உடனடியாகச் செய்தார்.

ஒன்று, நடந்து முடிந்த கலகத்தின் பின்னணியைப் பற்றிய முழுமையான விசாரணையை முடுக்கி விட்டது. இரண்டு, தனிமையில் அமர்ந்து சில பாடங்களைப் படித்துக்கொண்டது.

சாவேஸ் நினைத்ததைப் போல் ஒட்டுமொத்த ராணுவமும் அவருக்கு எதிராக இயங்கவில்லை. எல்லா ஜெனரல்களும் கூட்டணி அமைத்து சாவேஸைக் கவிழ்க்க முயற்சி செய்யவில்லை. இருபது சதவிகிதத் துக்கும் குறைவானவர்கள்தான் அவரை எதிர்க்கத் துணிந்தனர். எனில், அந்த இருபது சதவிகிதத்தினர் எதற்காகத் தம்மை எதிர்க்கவேண்டும்?

ஐந்து காரணங்கள் கண்டுபிடிக்கப்பட்டன.

முதல் காரணம், தவறான புரிதல். 'சாவேஸ் எனக்கு எந்தப் பதவி உயர்வும் தரவில்லை', 'அவரது நண்பர்களுக்கும் சொந்தக்காரர் களுக்கும் அவர் சலுகை காட்டுகிறார்' - போன்ற குற்றச்சாட்டுகள். இவர்கள் சுலபத்தில் கலகக்காரர்களின் பிடியில் சிக்கிவிட்டார்கள். 'நீங்கள் என்னதான் பாடுபட்டாலும் அதனால் உங்களுக்கு எந்தப் பிரயோஜனமும் கிடையாது. பேசாமல் அவரைக் கவிழ்க்க எங்களுக்கு உதவி செய்யுங்கள்!' என்று அவர்கள் கேட்டபோது அவர்களால் மறுக்க முடியவில்லை.

இரண்டாவது காரணம், பண ஆசை. 'எங்களுக்குச் சில வேலைகள் செய்தால் இவ்வளவு தருவோம். என்ன சொல்கிறீர்கள்?' தலையை ஆட்டியிருக்கிறார்கள்.

மூன்றாவது காரணம், வீடியோ டேப். சாவேஸ் உண்மையாகவே ஒரு சர்வாதிகாரியாக மாறிவிட்டார், மக்களைக் கொல்ல உத்தரவிட்டார்

போன்ற பிரசாரங்களை யோசிக்காமல் அப்படியே நம்பியிருக் கிறார்கள்.

நான்காவது காரணம், அரசியல். சாவேஸைக் கவிழ்த்துவிட்டால், பிறகு அரசியல் கெடுபிடிகள் குறைந்துவிடும். இஷ்டம் போல் அனுபவிக்க லாம், அட்டூழியம் செய்யலாம் என்ற மனக்கணக்கு. CTV, PDVSA, பண்ணையாள்கள் அனைவரும் இந்த வகையறாவைச் சேர்ந்தவர்கள்.

ஐந்தாவது காரணம், பயம். கலகக்காரர்கள், பல பொய் மூட்டைகளைத் திறமையாக அவர்கள் தலையில் கட்டியிருக்கிறார்கள். அவற்றுள் சில. 'சாவேஸ் ஒரு கம்யூனிஸ்டாக மாறிவிட்டார். கம்யூனிஸ்டுகள் மிகவும் ஆபத்தானவர்கள். ஏற்கெனவே பொலிவர் 2000 திட்டத்தின் மூலம் ராணுவத்தை அவர் பரம சாதுவாக மாற்றிவிட்டார். நாளடைவில், முற்றிலுமாக ராணுவத்தைக் கலைத்துவிடுவதுதான் அவரின் திட்டம். ராணுவத்துக்குப் பதிலாக அவர் கெரில்லாக்களை வளர்த்துவிடப் போகிறார்.'

மொத்தத்தில், எல்லோருக்கும் பயம். எல்லோருக்கும் சந்தேகம். எல்லோருக்கும் பேராசை. பலவீனமாக இருந்திருக்கிறார்கள். அதனால் தான் தவறு செய்திருக்கிறார்கள். மனித இயல்பு. ஒன்றும் செய்வதற் கில்லை.

எல்லாம் சரி. ஆனால் முக்கியமான கேள்விக்கு இன்னமும் விடை தெரியவில்லையே! கலகக்காரர்கள், கலகக்காரர்கள் என்று சொல்லிக் கொண்டிருக்கிறோமே, யார் அவர்கள்? ராணுவ ஜெனரல்கள் தலை யாட்டி பொம்மைகள் என்றால், அவர்கள் தலையாட்டியது யாரிடம்? சாவேஸை, பதவியிலிருந்து இறக்க இத்தனை பிரயத்தனப்பட்ட அந்தப் புண்ணியவான்கள் யார்?

அமெரிக்கா. அடியாளான சி.ஐ.ஏ.

சாவேஸுக்கு இது முன்னரே தெரியும். அவர் அமைதியாகக் காத்துக் கொண்டிருந்தது ஆதாரங்களுக்காக. கூடிய விரைவில் அந்த ஆதாரங்கள் ஒவ்வொன்றாக வெளிவர ஆரம்பித்தன. அந்த ஆதாரங்கள் என்னென்ன என்று பார்ப்பதற்கு முன்னால், அமெரிக்கா வெனிசூலா வுக்குள் தன் மூக்கை நுழைத்தது ஏன் என்பதைத் தெரிந்துகொள்ள வேண்டும்.

●

வெனிசூலா என்றில்லை. லத்தீன் அமெரிக்க நாடுகள் என்றாலே அமெரிக்காவுக்கு இளக்காரம்தான்.

1850, 1853, 1854, 1857. நிகரகுவாவில் அமெரிக்கா தன் மூக்கை நீட்டிய ஆண்டுகள் இவை. 1856-ல் பனாமாவை வம்புக்கு இழுத்தது. 1898-ல் ஸ்பெயினுடன் போர். போரின் முடிவில் க்யூபா, ப்யூர்டோ ரிகோ, குவாம், பிலிப்பைன்ஸ் போன்ற நாடுகளை ஆக்கிரமித்தது. 1903-ல் க்யூபாவின் அரசியலமைப்புச் சட்டத்தில் ஒரு குட்டி பாராவைப் புகுத்தியது. அதன் பெயர் பிளாட் ஒப்பந்தம் (Platt Amendment). இந்த ஒப்பந்தம் எதற்குத் தெரியுமா? 'எங்களுக்கு எப்போதெல்லாம் தோன்றுகிறதோ, அப்போதெல்லாம் உங்கள் உள் விவகாரங்களில் தலையிடுவோம். யாரும் எதிர்த்து ஒரு வார்த்தை பேசப்படாது.'

அதே ஆண்டு, கலகக்காரர்களுக்கு ஆதரவாக பத்து போர்க்கப்பலை பனாமாவுக்கு அனுப்பி வைத்தது. 1905-ல் அமெரிக்கப் படைகள் ஹொன்டூராஸில் தரையிறங்கியது. அடுத்த இருபது ஆண்டுகளில் ஐந்து முறை அங்கே விளையாடியது. 1915-ல் ஹைத்தி. 1916-ல் டொமினிக்கன் குடியரசு. 1917-ல் மெக்ஸிகோ.

1929-ல் நிகரகுவாவில் ராணுவ பயிற்சி முகாம் ஒன்றை அமைத்து, நிகரகுவா ராணுவத்துக்குப் பயிற்சி அளித்தது. அதே போல் ஹைத்தி, டொமினிகன் குடியரசைச் சார்ந்த ராணுவத்துக்கும் பயிற்சியளித்தது. 'எங்களைத் தவிர வேறு யாரையும் உள்ளே விடாதே! தப்பித்தவறி வந்தாலும், அடித்து விரட்டு!' என்று அவர்களுக்குக் கட்டளையிட்டது. 'லத்தீன் அமெரிக்காவைப் பொறுத்தவரை, நாங்கள் ஆதரவளிக்கும் அரசாங்கம் மட்டுமே ஆட்சியில் இருக்கும். மற்றவர்களை அடித்து விரட்டிவிடுவோம்!' என்று தெனாவட்டாக மீசையை முறுக்கிக் கொண்டது.

கவுதமாலாவில் ஆட்சிப் பொறுப்பேற்றுக்கொண்ட ஜேக்கபோ அர்பென்ஸ் குஸ்மான் (Jacobo Arbenz Guzman), நிலச் சீர்திருத்தம், விவசாயச் சீர்திருத்தம் என்று நல்ல பிள்ளையாக இருந்ததைக் கண்டு வெகுண்டு எழுந்த அமெரிக்கா, 1954-ல் அவரது ஆட்சியைக் கவிழ்த்தது. கார்லோஸ் காஸ்டிலா அர்மாஸ் (Carlos Castillo Armas) என்னும் அமெரிக்க ஆதரவு வலது சாரி சர்வாதிகாரியைப் பதவியில் அமர்த்தியது. இந்த அர்மாஸ் அடுத்த 30 ஆண்டுகளில் 100,000 மக்களைக் கொன்று குவித்தார்.

காஸ்ட்ரோவைக் கண்டு கதி கலங்கிய அமெரிக்கா, 1960 தொடங்கி அவரது ஆட்சியைக் கவிழ்க்கும் பணியில் மும்முரமாக ஈடுபட்டது. ஆனால் பாச்சா பலிக்கவில்லை. ஆட்சியைத்தான் கவிழ்க்க முடிய வில்லை, ஆளையாவது கவிழ்க்கலாம் என்று நினைத்து அவரது சிகரெட்டில் குண்டு வைப்பது தொடங்கி, தாதா படையை ஏவுவது வரை அத்தனை காரியத்தையும் செய்தது. 1961-ல் ஈக்வடார்.

வாலஸ்கோ இபாராவின் (J.M. Velasco Ibarra) ஆட்சியைக் கவிழ்த்தது. காரணம் அவர் க்யூபாவுடன் நெருக்கமாகப் பழகி வந்தது.

எண்ணெய் வளங்களை நாட்டுடைமையாக்கலாமா? அது தவறில்லையா? இந்தத் தவறுக்காகத்தான் பிரேஸிலின் தலைவர் கவுலர்ட் (Joao Goulart) 1964-ல் தன் பதவியை இழந்தார். கம்யூனிசம் என்னும் பூதம் எட்டிப் பார்த்தது என்பதற்காக, 1965-ல் டொமினிகன் குடியரசில் நடைபெற்ற ஆட்சி கவிழ்க்கப்பட்டது.

1967-ல் பொலிவிய ராணுவத்துக்கு உதவியாகப் படைகளை அனுப்பி, சே குவேராவைக் கொன்றார்கள். 1970-ல் லத்தீன் அமெரிக்க நாடுகளில் அமெரிக்கா செய்த முதலீடு, 302 மில்லியன் டாலர்கள். 1973-ல் சிலியின் அதிபர் சல்வடார் அலண்டே கொல்லப்பட்டார். அவரை வீழ்த்திவிட்டு அமெரிக்காவால் ஆட்சியில் அமர்த்தப்பட்ட பினோசெட், பல ஆயிரக்கணக்கான சிலி மக்களைச் சிறையில் தள்ளி கொடுமைப்படுத்தினார்.

1981-ல் நிகரகுவா மீது பொருளாதாரத் தடை. அதே ஆண்டு பனமாவின் அதிபர் டோரிஜோஸ் விமான விபத்தில் இறந்து போனார். க்யூபாவின் நண்பர் அல்லவா? ஆகவே, பின்னணியில் இருந்தது சி.ஐ.ஏ.தான் என்று பரவலாக எல்லோரும் சந்தேகப்பட்டனர்.

இன்னமும் சொல்லிக்கொண்டே போகலாம்.

லத்தீன் அமெரிக்க நாடுகளிலிருந்த அத்தனை வளங்களையும் உட்கார்ந்து தின்று அழித்த புண்ணியம் அமெரிக்காவையே சாரும்.

அதாவது, காஸ்ட்ரோ தலைமையிலான புரட்சிக் குழு க்யூபாவில் வெற்றி பெறும் வரை. நிலச் சீர்திருத்தத்தைத் தென் அமெரிக்க மண்ணில் தொடங்கிவைத்தவர் அவர்தான்.

'ஒரு ஏக்கர் ஒன்றே முக்கால் டாலர்!' என்னும் நியாய விலையில் நிலங்களை வாங்கிப் போட்டிருந்த அமெரிக்க நிறுவனங்களை அழைத்து, ஒன்றே முக்கால் டாலரை அவர்கள் கையில் திணித்து விட்டு, நிலங்களைப் பறித்துக்கொண்டார் காஸ்ட்ரோ. யுனைடெட் ஃப்ரூட் உள்ளிட்ட அமெரிக்க ஆக்டோபஸ் நிறுவனங்களின் வாலை ஒட்ட நறுக்கினார். லத்தீன் அமெரிக்காவின் மனச்சாட்சியாக இருந்தவர் காஸ்ட்ரோ.

க்யூபாவைப் போலவே பிற லத்தீன் அமெரிக்க நாடுகளும் ஏகாதிபத்தியத்துக்கு எதிராக போர்க்கொடி உயர்த்த வேண்டும் என்று காஸ்ட்ரோ விரும்பினார். 'விடுதலை வேட்கை கொண்ட எந்தவொரு

நாட்டுக்கும் உதவ க்யூபா தயார்!' என்று அவர் பகிரங்கமாகவே அறிவித்தார்.

ஆனால் இப்போது, காஸ்ட்ரோவுக்கு வயதாகிவிட்டது. அவரது புரட்சித் தோழர் சே குவேராவும் என்றோ இறந்துவிட்டார். இனி லத்தீன் அமெரிக்கா நமக்குத்தான் என்று அமெரிக்கா துள்ளிக் குதித்தது. 'ஐயா நான் இருக்கிறேன்!' என்றார் ஹியூகோ சாவேஸ்.

•

சாவேஸ் ஆட்சிக் கவிழ்ப்புக்குப் பின்னால் இத்தனை விஷயங்கள் உள்ளன.

சாவேஸுக்கு அமெரிக்காவைத் தெரியும். புஷ்ஷை மிக நன்றாகத் தெரியும். ஆட்சிப் பொறுப்பை ஏற்றுக்கொண்ட நாள் முதலாக, தாம் செய்துவரும் அத்தனை சீர்திருத்தக் காரியங்களையும் அமெரிக்கா அச்சத்துடன் கவனித்து வந்ததையும் அவர் அறிவார்.

புஷ் அரசாங்கம்தான் என்னுடைய ஆட்சிக் கவிழ்ப்புக்குக் காரணம் என்று பகிரங்கமாகவே குற்றம் சுமத்தினார் சாவேஸ். சி.ஐ.ஏ. வின் திருவிளையாடல்தான் இது என்பதற்கான ஆதாரங்கள் விரைவில் கிடைத்தன. இரண்டு முக்கிய அமெரிக்க அதிகாரிகள், சாவேஸ் விவகாரத்தில் ஈடுபாடு காட்டியது கண்டுபிடிக்கப்பட்டது. எலியட் ஆப்ரம்ஸ் (Elliot Abrams) மற்றும் ஒட்டோ ரீச் (Otto Reich).

எலியட், அடிப்படையில் ஒரு வழக்கறிஞர். புஷ் ஆட்சிக்கு வந்தபோது எலியட் அவருடைய சிறப்பு உதவியாளராகப் பொறுப்பேற்றார். இரண்டாவது முறை புஷ் ஆட்சிக்கு வந்தபோது, இவருக்குப் பிரமோஷன் கிடைத்தது. துணைப் பாதுகாப்பு ஆலோசகர். உலகம் முழு வதும் புஷ்ஷின் ஜனநாயகத்தைப் பரப்புவதுதான் இவருடைய பணி.

இரண்டாவது நபர் ஒட்டோ ரீச். இவர் ஒரு க்யூபன் அமெரிக்கர். 1986-ல் இவர் அமெரிக்காவின் வெனிசூலா தூதுவராகத் தேர்ந்தெடுக்கப்பட்டு, காராகாஸுக்கு அனுப்பி வைக்கப்பட்டார்.

கர்மோனா உள்பட, இந்த ஆட்சிக் கவிழ்ப்பில் சம்பந்தப்பட்ட அத்தனை ஜெனரல்களும் அடிக்கடி வெள்ளை மாளிகைக்குச் சென்று வந்திருப்பது கண்டுபிடிக்கப்பட்டது. அங்கு அவர்களை வரவேற்று காபி, டீ, பலகாரம் கொடுத்து உபசரித்தது புஷ்ஷின் நபரான ஒட்டோ ரீச்.

ரீச்சின் டார்கெட் கார்மோனா. 'நீங்கள் கவலையே படாதீர்கள்! நாங்கள் இருக்கிறோம். சாவேஸை அடித்து நொறுக்கி விடலாம். நிச்சயம்

நீங்கள்தான் அடுத்த அதிபர்!' என்று நிறைய நம்பிக்கையூட்டி யிருக்கிறார். ஆட்சிக் கவிழ்ப்பைப் பற்றி அத்தனை விலாவரியாக கார்மோனாவுக்குத் தெரியாது என்பதால், அவரை உட்கார வைத்து ஒரு நாளைக்கு இரண்டு முறை ஸ்பெஷல் க்ளாஸ் எடுத்தது இந்த ரீச்தான். மக்களை எப்படி சாவேஸுக்கு எதிராகத் திருப்பி விடுவது? எப்படித் தாக்குதலை ஆரம்பிப்பது என்று பார்த்துப் பார்த்துச் சொல்லிக் கொடுத்திருக்கிறார். பஞ்சாங்கத்தைப் புரட்டிப் பார்த்து, ஆட்சிக் கவிழ்ப்புக்கு கிழமை, நேரம் எல்லாம் குறித்துக் கொடுத்தது இவர்தான். சாவேஸின் ஆளுமையை முழுமையாகப் புரிந்துகொண்டவர் இந்த ரீச். சாவேஸ் ராஜினாமா செய்துவிட்டார் என்று தெரிந்ததும் துள்ளிக் குதித்த முதல் அமெரிக்கர் இவர்தான்.

மேலும், கலகக்காரர்களுக்கு ஆயுதம் சப்ளை செய்வதில் முக்கியப் பங்கு வகித்தவர், ஐசக் பெரேஸ் ரெகோ (Isaac Perez Recao). தெற்கு பிளோரிடாவில் இவருக்கு ஜாகை. எங்கே கலவரம் ஆரம்பிக்கவேண்டு மனாலும் இவரிடம்தான் ஆயுதங்கள் வாங்கியாக வேண்டும். அதனால் சம்பாத்தியத்துக்குக் குறைவில்லை. வாஷிங்டனிலுள்ள ஜெனரல் ஒரு வருக்கு வேண்டப்பட்டவர். பெரும் செல்வாக்குள்ள கடத்தல்வாதி.

வெனிசூலாவிலுள்ள எண்ணெய் வளம் இவரைச் சுண்டி இழுத்தது. ஒரு ஹெலிகாப்டரைப் பிடித்து நேராக வந்து இறங்கி விட்டார். வந்த கையோடு, காரகாஸில் ஒரு வீட்டையும் வாங்கிவிட்டார். இவரது வீட்டில் வைத்துத்தான் பல கலகக்காரர்கள் உட்கார்ந்து பேசி, திட்டம் தீட்டினார்கள். நடந்து முடிந்த கலவரத்துக்கு, ஹோல் சேல் ஆயுத சப்ளை செய்தது இவர்தான்.

●

தனக்கும் ஆட்சிக் கவிழ்ப்புக்கும் எந்தவிதச் சம்பந்தமும் கிடையாது. முந்தாநாள் பேப்பர் பார்த்துதான் நானே தெரிந்துகொண்டேன் என்றார் புஷ். ரெகோ? அமெரிக்காவில் இருக்கிறாரா? தெரியாதே என்றார்.

அப்படியானால் கார்மோனா உள்பட சில வெனிசூலா ஜெனரல்களை வெள்ளை மாளிகையில் வைத்து அவர்கள் சந்தித்தற்கு ஆதாரங்கள் இருக்கிறதே? அதற்கு என்ன சொல்கிறார்கள்? 'ஓ அதுவா? உண்மை தான். சில வெனிசூலர்கள் சாவேஸுக்கு எதிராக சதி செய்யப்போவ தாகச் சொன்னார்கள். அவர்களிடம் சும்மா பேசிக்கொண்டுதான் இருந்தோமே தவிர, எந்தவிதத்திலும் அவர்களுக்கு உதவவில்லை.'

வேறு யார் யார் இதில் சம்பந்தப்பட்டிருக்கிறார்கள் என்பதை கண்டறிய டானிலோ ஆண்டர்ஸென் (Danilo Anderson) என்னும் அரசாங்க ப்ராஸிக்யூட்டரை சாவேஸ் நியமித்தார். மிகத் தீவிரமாக

நடந்த இந்த விசாரணையின்போது சுமார் 400 பேர் விசாரிக்கப் பட்டனர். இந்த விசாரணையின் முடிவு வெளிவருவதற்கு முன்பே, அதாவது நவம்பர் 18, 2004 அன்று ஆண்டர்ஸென் மர்மமான முறையில் கொல்லப்பட்டார்.

நீண்ட விசாரணைக்குப் பிறகு, ஆண்டர்ஸன் கொலை வழக்கு தொடர்பாக ஒரு முக்கிய சாட்சி கிடைத்தது. அவர் பெயர் ஜியோவானி ஜோஸ் வாஸ்கே டி அர்மாஸ் (Giovani Jose Vasquez De Armas). கொலம்பியாவிலுள்ள United Self - Defense Forces என்னும் அமைப்பு அர்மாஸைத் தேர்ந்தெடுத்து, பனாமாவுக்கு அனுப்பி வைத்தது. இவருக்கு ஒதுக்கப்பட்டிருந்த வேலை ஆண்டர்ஸெனைக் கொன்றவர் களுக்கு, சகல விதமான உதவிகளையும் செய்வது. கடைசி நிமிடத்தில் கட்சி மாறிய அர்மாஸ், அப்ரூவராக மாறி வெனிசூலாவிடம் சரணடைந் தார். இவரிடம் மேற்கொண்ட விசாரணையின் போது, பல அதிர்ச்சிகரமான தகவல்கள் வெளிவந்தன.

ஆண்டர்ஸென் கொலைக்குக் காரணமானவர்கள் என்று அர்மாஸ் சுட்டிக்காட்டியது FBI மற்றும் CIA அதிகாரிகளை. FBI மற்றும் CBI-யைச் சேர்ந்த இரண்ட அதிகாரிகள் பனாமாவில் உட்கார்ந்து திட்டம் போட்டிருக்கிறார்கள். ஆண்டர்ஸென் வழக்கு விவரங்கள் வெளியில் வந்தால் பல பெரிய தலைகள் உருள வேண்டியிருக்கும் என்பதால் ஆண்டர்ஸெனைத் தீர்த்துக்கட்ட இவர்கள் முடிவு செய்தார்கள். அந்த இரண்டு அதிகாரிகளின் பெயர்களைக் கண்டுபிடிக்க முடியவில்லை. 'Pesquera', 'Morrinson' என்ற புனைபெயர்களில் அவர்கள் அறியப் பட்டார்கள். ஆண்டர்ஸெனைக் கொன்றது இவர்களது ஆள்கள்தாம்.*

FBI, CBI இரண்டு அமைப்புகளுமே ஒரே லட்சியத்தில் இயங்கிக் கொண்டிருந்தது கண்டுபிடிக்கப்பட்டது. சாவேஸைக் கொன்று அவரது அரசாங்கத்தைக் கலைக்க வேண்டும். இதை நிறைவேற்ற எதை வேண்டுமானாலும் செய்யலாம். கொலை உள்பட.

ஆக, ஆள் உதவி, ஆயுத உதவி, பண உதவி மூன்றையும் அமெரிக்கா அள்ளித் தந்திருக்கிறது. உள்ளூர் கடத்தல்வாதி முதல் வெள்ளை மாளிகை அதிகாரிகள் வரை அத்தனை பேரும் சாவேஸுக்கு எதிராகத் திரண்டிருக்கிறார்கள். அமெரிக்கக் கப்பல் படை கைகொடுத்திருக் கிறது. அரசாங்கம் கைகொடுத்திருக்கிறது. அமெரிக்கத் தூதரகங்கள் உதவியிருக்கின்றன.

---

* ரொலாண்டோ குவேரா (Rolando Guevera), ஒடோனியல் குவேரா (Otoniel Guevera) ஆகிய இருவரும் பின்னர் கைது செய்யப்பட்டனர்.

9. 'என் இனிய லத்தீன் அமெரிக்கா!'

வெனிசுலாவில் பிரச்னைகளுக்கு ஒருபோதும் குறைவில்லை.

எப்போது கவிழ்க்கலாம், எப்போது ஆள் வைத்துக் கொல்லலாம் என்று அமெரிக்கா ஒரு பக்கம் தனது கழுகுக் கண்களால் சாவேஸைக் கண்காணித்துக் கொண்டிருக்கிறது. மற்றொரு பக்கம், உள்நாட்டுப் பிரச்னைகள்.

ஆட்சிக் கவிழ்ப்புச் சதி முறிந்துவிட்டது. இனி மீண்டும் உருப்படியாக ஏதாவது செய்யலாம் என்று சாவேஸ் நினைத்துக்கொண்டு இருக்கும் போதே, PDVSA-வின் உருவில் டிசம்பர் 2002-ல் ஒரு பிரச்னை வெடித்தது.

'எண்ணெய் உற்பத்தியில், எண்ணெய் உற்பத்தி மூலம் கிடைக்கும் வருவாயில் அரசாங்கம் தலையிடக்கூடாது. நாங்கள் சுயமாக இயங்க விரும்புகிறோம். சாவேஸ் எங்களை இனி தொந்தரவு செய்யக்கூடாது!' இப்படி ஒரு விசித்திரமான கோரிக்கையை முன்வைத்து PDVSA போராட்டத்தில் குதித்தது. சில நாள்களுக்கு முன்புதான் PDVSA-வை வெனிசுலா அரசாங்கத்துடன் முழுமையாக இணைத்துக்கொள்ளும் திட்டம் குறித்து சாவேஸ் சிந்தித்துக்கொண்டிருந்தார். தேசத்தின் வருவாயை அதிகப்படுத்துவதற்காகத்தான் இந்த ஏற்பாடு.

ஆனால் PDVSA-வுக்கு இதில் சம்மதமில்லை. எண்ணெய் நிறுவனப் பணியாளர்கள், தொழிலாளர்கள் அமைப்புகள், உயர் மட்ட அதிகாரிகள் என்று அத்தனை பேரும் தெருவில் இறங்கிப் போராட ஆரம்பித்தார்கள். ஒரு நாளைக்கு 2,800,000 பேரல்களை PDVSA ஏற்றுமதி செய்தாகவேண்டும். அப்போதுதான் பொருளாதாரம் பிழைத்திருக்கும். ஆனால், செய்யமாட்டோம் என்றார்கள்.

சாவேஸ் பேசிப் பார்த்தார். பலனில்லை. அதிரடியாக முடிவு எடுத்தார். முன்னரே ஒரு முறை செய்ததைப் போல் PDVSA உயர் அதிகாரிகள்

அத்தனை பேரையும் வேலையை விட்டுத் தூக்கினார். 18,000 பணியாளர்களையும் உடனடியாக பணியில் இருந்து விலக்கி வைத்தார்.

சர்ச்சைகள் வரும், பிரச்னைகள் வெடிக்கும் என்று அவருக்குத் தெரியும். சரி. வரும்போது பார்த்துக்கொள்ளலாம் என்று அடுத்த வேலையைப் பார்க்கக் கிளம்பி விட்டார்.

●

பொலிவர் 2000-ஐப் போலவே மக்களிடம் பெரும் வரவேற்பை பெற்ற பல திட்டங்களை சாவேஸ் அடுத்தடுத்து அறிமுகப்படுத்தினார். 2003, 2004 இந்த இரண்டு ஆண்டுகளில் நடத்திக் காட்டிய சீர்திருத்தங்கள் ஆச்சரியமளிக்கக்கூடியவை.

குறிப்பாக, ராபின்ஸன்* திட்டம் (Plan Robinson).

எழுத்தறிவிப்பதுதான் இத்திட்டத்தின் முக்கியக் குறிக்கோள். 'கற்றுக்கொடுக்க விரும்புபவர்கள் முன்னால் வாருங்கள். கற்க விரும்புபவர்கள் தயாராகுங்கள்!' என்று மூலைக்கு மூலை தீவிரமாகப் பிரசாரம் செய்தார்கள். நூற்றுக்கணக்கான ஆர்வலர்கள் துடிப்புடன் முன்வந்தார்கள். அனைவருக்கும் எழுதத் தெரிந்திருக்கவேண்டும், வாசிக்கத் தெரிந்திருக்கவேண்டும், சின்னச் சின்னக் கணக்குகள் போடத் தெரிந்திருக்கவேண்டும். இதுதான் பாடத்திட்டம்.

சுமார் 1.5 மில்லியன் வெனிசூலர்கள் இத்திட்டத்தின் மூலம் பயன டைந்தது குறிப்பிடத்தகுந்த சாதனை. வழக்கம் போல் இந்த முறையும் பல ராணுவ வீரர்கள் உற்சாகத்துடன் கற்றுக்கொடுக்க முன்வந்தனர். மலைப் பிரதேசங்களுக்கும், சேரிகளுக்கும், கிராமங்களுக்கும் சென்று அங்கேயே கூடாரம் அமைத்து, கறுப்பு போர்டை மாட்டி கற்றுக் கொடுத்தனர்.

'ஓர் ஆண்டில் 1,250,000 வெனிசூலர்கள் முழுமையாக எழுதப் படிக்கக் கற்றுக்கொண்டிருக்கிறார்கள். இது ஓர் உலகச் சாதனை!' என்று மகிழ்ச்சி பொங்க அறிவித்தார் சாவேஸ். வெனிசூலாவின் இன்றைய எழுத்தறிவு சதவிகிதம் 99.

அக்டோபர் 2003-ம் ஆண்டு Mission Guaicaipuro நடைமுறைப் படுத்தப்பட்டது. இந்தத் திட்டத்தின் முக்கிய இலக்கு வெனிசூலாவின் பூர்வகுடிகள். அவர்களது வாழ்வாதாரத்தை மீட்டுக் கொடுக்க வேண்டும், அவர்களுடைய வாழ்க்கைத் தரத்தை உயர்த்தவேண்டும்.

---

* பதினெட்டாம் நூற்றாண்டில் வாழ்ந்த தத்துவ ஞானி மற்றும் கல்வியாளரான சைமன் ரோட்ரிகூஸின் (Simon Rodriguez) புனைப்பெயரே ராபின்சன்.

ஸ்பானிய ஆதிக்கத்துக்கு எதிராகப் போராடிய பூர்வகுடி தலைவர் குவாய்கைபுரோவின் பெயரில் இத்திட்டம் அமல்படுத்தப்பட்டது. பூர்வகுடிகளின் மதம், நம்பிக்கை, இருப்பு, கலாசாரம் அத்தனையும் காப்பாற்றப்பட வேண்டும் என்னும் கருத்தை இத்திட்டத்தின் மூலம் அழுத்தம் திருத்தமாக அனைவரிடமும் பதிவு செய்தார் சாவேஸ். பூர்வ குடிகளுக்கான உரிமை சிறிது சிறிதாக நிலைநாட்டப்பட்டது.

சுக்ரே திட்டத்தின் (Mission Sucre) மூலம் இரண்டு மில்லியன் மாணவர்கள் உயர் படிப்புக்கு முன்னேறினர். நவம்பர் 2003-ல் ரிபாஸ் திட்டம் (Mission Ribas) அறிமுகப்படுத்தப்பட்டது. பள்ளிப் படிப்பை பாதியிலேயே நிறுத்தியிருந்த ஐந்து மில்லியன் மாணவர்களுக்கு, டிப்ளமோ படிப்பதற்கான மறு வாய்ப்பு வழங்கப்பட்டது.

வெனிசூலா மாறுவதற்குத் தயாரானது. சாவேஸ் மாற்ற ஆரம்பித்தார்.

●

வெனிசூலாவின் அபரிமிதமான வளர்ச்சியைக் கண்டு உலக நாடுகள் (அமெரிக்கா நீங்கலாக) அதிசயித்துக்கொண்டிருந்த அதே சமயம், வெனிசூலாவில் ஒரு குறிப்பிட்ட சாரார் இடையே சாவேஸ் எதிர்ப்பு அலை மீண்டும் வீசத் தொடங்கியது.

தனது சீர்திருத்தத் திட்டங்களுக்காக சாவேஸ் அடிக்கடி சந்திக்க நேர்ந்த ஒரு சிக்கல் இது. PDVSA ஒரு சிறந்த உதாரணம். மக்களுக்கான நலத் திட்டங்களை அமல்படுத்தவேண்டும். அதற்கு ஆகும் பெரும் செலவையும் சமாளிக்கவேண்டும். இரண்டையும் சமாளிக்க வேண்டும் என்பதற்காகத்தான் அவர் PDVSA-வின் வருவாயை உபயோகித்துக் கொள்ள நினைத்தார். வெனிசூலாவின் பொருளாதாரமே எண்ணெய் தான் என்னும் பட்சத்தில், எண்ணெயிலிருந்து கிடைக்கும் வருவாயை மையமாக வைத்து திட்டங்களைச் செயல்படுத்துவதில் தவறு இல்லை என்பதுதான் சாவேஸின் வாதம்.

பல மில்லியன் மக்களுக்கு அரசாங்கம் உதவும் பொழுது, PDVSA போன்ற ஒரு நிறுவனத்தில் பணிபுரியும் சில நூறு பேர் சில மாற்றங் களை எதிர்கொள்ள நேர்வது இயற்கை. இந்தச் சில நூறு நபர்களுக்குத் தொடர்ந்து எரிச்சலை ஏற்படுத்தி வருவதை அவரால் தவிர்க்க முடிய வில்லை. இவர்கள் விரும்பக்கூடிய ஒரு நபராக அவர் ஒரு வேளை இருந்திருந்தால், பல மில்லியன் வெனிசூலர்களுக்கு அவர் ஒரு ஹீரோ வாக இருந்திருக்க முடியாது.

இந்தச் சில நூறு பேர், மீண்டும் பிரச்னையைக் கிளப்பினார்கள். 'அதிபரை திரும்ப அழைத்துக்கொள்ளும் சட்டத்தை அமல் படுத்துங்கள். நாங்கள்

கையெழுத்து வாங்கித் தருகிறோம்!' என்றார்கள். வெனிசுலா அரசிய லமைப்புச் சட்டத்தின் படி, ஓர் அதிபரைத் திரும்பப் பெற்றுக்கொள்ள வேண்டுமானால் இருபது சதவிகித வாக்காளர் தொகுதிகள் அதற்கு ஒத்துழைக்க வேண்டும். சாவேஸ் வடிவமைத்த சட்டத்தைக் கொண்டு அவரையே எதிர்க்க முடியுமா என்பதை கண்டறிய விரும்பினார்கள்.

ஆட்சிக் கவிழ்ப்பு, மறுதேர்தல், கொலை முயற்சிகள் என்று வெனிசுலா அரசியலுக்குத் தம்மை முற்றிலும் தயார்படுத்தி இருந்த சாவேஸ், ஓட்டெடுப்புக்குத் தயாரானார். ஆகஸ்ட் 15, 2004 அன்று ஓட்டுப்பதிவு நடைபெற்றது. 59 சதவிகித ஓட்டு பெற்று, மீண்டும் வெற்றி பெற்றார்.

மார்ச் 2005-ல், சாவேஸ் இந்தியாவில் ஒரு சுற்றுப்பயணம் மேற் கொண்டபோது, மக்கள் திரளாகக் கூடிவந்து அவரை வரவேற்றனர். மொத்தம் நான்கு நாள்கள். புது தில்லி, பெங்களூர், கொல்கத்தா. மூன்று நகரங்களையும் உற்சாகத்துடன் சுற்றி வந்தார் சாவேஸ்.

அதிகாரிகளுடன் சம்பிரதாயமாகக் கைகுலுக்கிவிட்டு ஏரோப்ளேன் ஏறி ஊர் திரும்பிவிடவில்லை அவர். மாணவர்களைச் சந்தித்தார். விவசாயிகளைச் சந்தித்தார். சாவேஸ்ஸும், மேற்கு வங்க முதலமைச்சர் புத்ததேவ் பட்டாச்சார்யாவும் ஒரே காரில் ஒன்றாகப் பயணம் செய்தனர்.

திரண்டிருந்த ஆயிரக்கணக்கான கொல்கத்தாவாசிகளிடம் உரை யாற்றினார் சாவேஸ். மேற்கு வங்கம் அமல்படுத்திய நிலச் சீர் திருத்தத்தை ரசித்துப் பாராட்டினார். லத்தீன் அமெரிக்கா மற்றும் ஆப்பிரிக்காவுடன் இணைந்து, ஆசியாவும் காலனியாதிக்கத்துக்கு எதிராகப் போரிட வேண்டும் என்று கேட்டுக்கொண்டார். இறுதியாக, 'நான் உங்களை நேசிக்கிறேன்!' என்று அவர் பெங்காலியில் சொன்ன போது, அரங்கமே அதிர்ந்துபோனது.

●

ஜூன் 2005-ல் சாவேஸ் இரண்டு முக்கிய திட்டங்களை அறிமுகப் படுத்தினார். ஒன்று Mission Vuelta al Campo. இதன் பொருள் 'கிராமத் துக்குத் திரும்புங்கள்.'

வெனிசுலாவின் நகர்ப்புறங்கள் செழித்துக்கொண்டிருந்த அதே சமயம், கிராமப்புறங்கள் வாடி வதங்கிக்கொண்டிருந்தன. மக்கள் கும்பல் கும்பலாக நகரங்களுக்குக் குடிபெயர்ந்து கொண்டிருந்தார்கள். நல்ல வளமான நிலங்கள் கேட்பாரற்றுக் கிடந்தன. இதை மாற்ற நினைத்த சாவேஸ், வேலையில்லாத இளைஞர்கள் கிராமப்புறங்களுக்குச் சென்று அங்கு பணி புரிய முன்வர வேண்டும் என்று கேட்டுக்கொண்டார்.

அடுத்த திட்டம் Mission Barrio Adentro. முழுமையான மருத்துவ வசதி, முழுமையான விளையாட்டு வசதி. இரண்டையும் ஏற்படுத்திக் கொடுப்பதுதான் இந்த திட்டத்தின் முக்கியக் குறிக்கோள். ஆயிரக்கணக்கான மருத்துவமனைகள் மளமளவென்று உருவாகத் தொடங்கின. WHO, UNICEF போன்ற சர்வதேச அமைப்புகள் மூக்கின் மீது விரலை வைத்து ஆச்சரியப்பட்டன.

*சா*வேஸை ஒரு பலம் பொருந்திய தலைவராக வெனிசூலர்கள் உணர்ந்து கொண்ட காலகட்டம் இது. 'அரசாங்கம் என்பது மக்களை விட்டு அந்நியப்பட்டு நிற்கும் ஓர் அமைப்பல்ல; மக்களுடன் இரண்டறக் கலந்ததுதான்!' என்பதை மக்கள் முழுமையாக உள்வாங்கிக் கொண்டனர்.

பொலிவர் ஒரு முறை சொன்னது சாவேஸின் நினைவுக்கு வந்தது. 'நான் ஒரு சாதாரண மயிலிறகு. புரட்சி எங்கெல்லாம் வீசுகிறதோ, அங்கெல்லாம் அது என்னையும் இழுத்துச் செல்லும்.'

தலைவர்கள் அனைவருமே மயிலிறகுகள்தான். அவர்கள் புரட்சியை ஏற்படுத்துவதில்லை. என்னால்தான் இத்தனை விஷயங்கள் நடந்திருக்கின்றன என்று அவர்களால் சொல்ல முடியாது. அவர்கள் ஒரு கருவி. அவர்கள் வாயிலாக சில விஷயங்கள் நடைபெறுகின்றன. அவ்வளவே! எல்லாம் முடிந்துவிட்டது என்றோ, தேவையான அளவுக்கு அடிப்படைத் தேவைகளை பூர்த்தி செய்துவிட்டோம் என்றோ எப்போதும் நினைத்துவிடக் கூடாது.

காஸ்ட்ரோ ஒருபோதும் அப்படி நினைத்தது கிடையாது. 'நானும் அப்படி நினைக்க மாட்டேன்!' என்று அழுத்தமாகச் சொல்லிக் கொண்டார் சாவேஸ். சாவேஸ் மேற்கொண்ட அத்தனை சீர்திருத்தப் பணிகளுக்கும், காஸ்ட்ரோதான் அவருடைய முன்னோடியாக இருந்தார். ஆனாலும் சாவேஸ் ஒரு கம்யூனிஸ்ட் அல்ல.

•

எண்ணெய் என்னும் ஒரு சமாசாரம் மட்டும் இல்லையென்றால், வெனிசூலா என்ன ஆகியிருக்கும்?

ஒன்றும் ஆகியிருக்காது. எண்ணெய், வெனிசூலாவின் ஆதார சக்தி. ஆனால் அதற்காக, தேசத்தை இயக்கிக்கொண்டிருக்கும் ஒரே சக்தி எண்ணெய்தான் என்று நினைத்துவிட வேண்டாம்.

வெனிசூலாவை ஒரு விவசாய நாடாக மாற்ற சாவேஸ் முயன்று கொண்டிருக்கிறார். மின்சார உற்பத்திக்காவும், ரயில் பாதைகள் அமைப்பதற்காகவும், சாலைகளை அமைப்பதற்காகவும் மில்லியன்

கணக்கான டாலர்கள் முதலீடு செய்யப் படுகின்றன. 'ஒரு சொட்டு எண்ணெய்கூட இல்லாமல் போகும் ஒருநாள் வரலாம். ஆனால், இப்போதைக்கு அல்ல. இருநூறு ஆண்டுகளுக்குப் பிறகே. அதுவரை எங்களுக்கு எண்ணெய் தட்டுப்பாடு வராது' என்று ஆணித்தரமாகச் சொல்கிறார் சாவேஸ்.

●

சர்வதேசச் சந்தையில் எண்ணெயின் விலை அதிகரித்ததை அடுத்து, சாவேஸின் மகிழ்ச்சியும் பன்மடங்கு அதிகரித்தது. அதிக வருவாய் கிடைக்கிறது என்றால் அதிக மறுமலர்ச்சியை ஏற்படுத்த முடியும் என்று தானே அர்த்தம்? ஏற்கனவே தொடங்கப்பட்ட நிலச் சீர்திருத்தத்தை இன்னமும் தீவிரமாகச் செயல்படுத்தத் தொடங்கினார் சாவேஸ்.

பிற நாடுகளுடனான தனது தொடர்பை பலப்படுத்தும் முயற்சியிலும் அவர் ஈடுபட்டார். அர்ஜென்டினா, சீனா, க்யூபா, இரான் என்று பல நாடுகளுடன் அவரால் அழுத்தமான உறவை வளர்த்துக்கொள்ள முடிந்தது.

புஷ்ஷின் ரத்தக் கொதிப்பை தாறுமாறாக எகிற வைக்கும் வித்தையை, நன்றாகக் கற்றுவைத்திருக்கிறார் சாவேஸ். அவரது சமீபத்திய பயமுறுத்தல் என்ன தெரியுமா? 'முழுக்க முழுக்க இடது சாரி நாடு களைக் கொண்ட ஒர் ஒருங்கிணைப்பை, லத்தீன் அமெரிக்காவில் ஏற்படுத்தவேண்டும். அந்த அமைப்பு NATO-வைப் போல் இருக்க வேண்டும்.'

அமெரிக்காவிடமிருந்து ஆயுதங்கள் வாங்குவதை நிறுத்திக்கொண்டு சீனா, பிரேசில், ரஷ்யா, ஸ்பெயின் போன்ற நாடுகளை நாடினார். தவிரவும், அமெரிக்காவின் வாலை ஒட்ட நறுக்குவதற்காக Mission Miranda என்னும் திட்டத்தை அவர் வெளியிட்டார்.

சாவேஸ் ஒவ்வொரு முறை தனது திட்டத்துக்குப் பெயர் வைக்கும் போதும், அமெரிக்காவின் தொடை நடுங்க ஆரம்பித்துவிடும். வழக்கத்தைவிட Mission Miranda அதிகமான நடுக்கத்தை அமெரிக்கா வுக்கு ஏற்படுத்தியது. இந்தப் புதிய திட்டத்தின்படி, ஒரு சிறப்பு ராணுவப் படையை அமைக்க வேண்டும். அதில் 1.5 மில்லியன் ராணுவத்தினர் இருப்பார்கள். அமெரிக்காவுக்காகவே ஸ்பெஷலாகச் செய்யப்பட்ட ஏற்பாடு இது. ஏதாவது ஒரு ரூபத்தில் எங்காவது அமெரிக்கா நுழைந்தால், இந்த ராணுவம் அவர்களைப் பார்த்துக் கொள்ளும். அக்டோபர் 2005-ல் New Tribes Mission என்னும் கிறித்துவ மத அமைப்பை ஊரைவிட்டு காலி செய்தார். காரணம் அது CIA-வின் உளவு நிறுவனமாக செயல்பட்டதுதான்.

ஆகஸ்ட் 2005-ல் க்யூபாவுடன் இணைந்து ஒரு மாபெரும் திட்டத்தை முன்வைத்தார். ஒரு பெரிய மருத்துவக் கல்லூரி. ஒரு லட்சம் மாணவர் களுக்கு அங்கு இலவசமாக மருத்துவப் பயிற்சி அளிக்கவேண்டும். தேர்வான மாணவர்கள் அத்தனை பேரையும் தென் அமெரிக்காவிலுள்ள ஏழை நாடுகளுக்கு அனுப்பி, அங்குள்ளவர்களுக்கு மருத்துவச் சேவை செய்ய வேண்டும். அடுத்த பத்து ஆண்டுகளில் நடைமுறைப்படுத்த வேண்டிய ஒரு திட்டமாக இது முன்வைக்கப்பட்டது.

●

அமெரிக்கா, வெனிசுலாவை ஆக்கிரமிக்க முயல்கிறது என்ற குற்றச் சாட்டை மீண்டும் மீண்டும் முன் வைக்கிறார் சாவேஸ். 'வெனிசுலாவை ஆக்கிரமித்து கபளீகரம் செய்யும் திட்டம் அமெரிக்காவுக்கு உண்டு. எத்தனை ஜெட் விமானங்கள் வேவு பார்ப்பதற்காக எங்கள் வானத்தில் பறந்து செல்கின்றன என்று எனக்குத் தெரியும். எல்லாவற்றுக்கும் என்னிடம் ஆதாரம் உண்டு. அமெரிக்காவிலேயே, எனக்கு சில நண்பர்கள் இருக்கிறார்கள். இன்னும் சொல்லப்போனால், வெள்ளை மாளிகையிலேயே என்னுடைய ஆள்கள் இருக்கிறார்கள். இது புஷ் ஷுக்குத் தெரியாது.'

●

அமெரிக்காவின் லத்தீன் அமெரிக்கக் கனவு இன்னமும் கலைய வில்லை. காஸ்ட்ரோ மட்டும்தான் பிரச்னை என்று நினைத்துக் கொண்டிருந்தார்கள். அவருக்கு உடல் நலம் சரியில்லாமல் போன போது, இனி பிரச்னை இல்லை என்று சந்தோஷப்பட்டார்கள். அப்போது சாவேஸ் தலையெடுத்தார். காஸ்ட்ரோவுக்கு பதில் சாவேஸா என்று மாற்றுக்கணக்குப் போட்டுக் கொண்டிருந்தபோது, இன்னொரு பேரிடி அமெரிக்காவைத் தாக்கியது.

அந்த இடியின் பெயர் பொலிவியா.

அமெரிக்கா அலறிவிட்டது. பொலிவியா எப்படி சாவேஸுடன் கூட்டு சேர்ந்தது? இந்த சாவேஸ் இன்னமும் என்னவெல்லாம் செய்யப் போகிறார்? தவிரவும், இந்த பொலிவிய அதிபர் ஈவோ மொரேல்ஸ் எப்படிப்பட்டவர்?

ஜனவரி 2006-ல் ஆட்சியில் அமர்ந்தவர் ஈவோ மொரேல்ஸ் (Evo Morales). லேசுப்பட்ட நபர் அல்ல. பொலிவியாவின் அதிபராகத் தேர்ந் தெடுக்கப்பட்டுள்ள முதல் பூர்வகுடி நபர். அமெரிக்காவுக்கு எதிராக தீவிரமாகப் போராடி வருபவர்.

ஈவோவின் அமெரிக்க எதிர்ப்பு மனப்பான்மையின் ஆழத்தைப் பின்வரும் வரிகளிலிருந்து தெரிந்து கொள்ளலாம்.

'மனித குலத்தின் மாபெரும் எதிரி அமெரிக்க முதலாளித்துவம். அமெரிக்கா செய்யும் அக்கிரமங்களைக் காண சகிக்காமல்தான் எங்களைப் போன்றவர்கள் கிளர்ச்சிக்காரர்களாக மாறுகிறார்கள்!'

அமெரிக்காவின் வயிற்றில் புளியைக் கரைக்கும்படி ஒரு காரியத்தைச் செய்தார் ஈவோ. பொலிவியாவில் இயற்கை வாயு (Natural Gas) அடங்கிய பகுதிகள் அதிகம். பெட்ரோலின் மற்றொரு வடிவம்தான் இந்த இயற்கை வாயு. மே 2006 அன்று ஈவோ அத்தனை வளங்களையும் அரசுடைமையாக்கினார். சாவேஸுடன் கை குலுக்கினாலே இப்படிப் பட்ட எண்ணங்கள் வந்துவிடும் போலும். 95 சதவிகித பொலிவிய மக்கள் இந்த முடிவை ஆதரித்தனர்.

FTAA போன்ற அமைப்புகளின் போர்வையில் பொலிவியாவுக்குள் புகுந்து அங்குள்ள வளங்களை சூரையாடலாம் என்று கனவு கண்டு கொண்டிருந்த அமெரிக்காவின் எண்ணத்தில், மிகப் பெரிய இடி இது. எங்கெல்லாம் இயற்கை வாயு கிடைக்கின்றதோ அங்கெல்லாம் காவல் பலப்படுத்தப்பட்டது.

சாவேஸ் புன்னகையுடன் ஈவோவுக்கு நட்புக் கரம் நீட்டினார். 1.5 பில்லியன் டாலரை பொலிவியாவில் முதலீடு செய்தார். தேயிலை, காபி, கோகோ, மாற்று எரிபொருள் சக்தி என்று ஏகப்பட்ட ப்ராஜெக்டுகள் பொலிவியாவில் தொடங்கப்பட்டன. தவிரவும், பொலியாவிலுள்ள பள்ளிகளுக்கு பல கம்ப்யூட்டர்களை அளித்துள்ளார் சாவேஸ்.

'அமெரிக்கா தொடங்கி வைத்த FTAA இறந்துவிட்டது!' என்று மார்ச் 4, 2005 அன்று சாவேஸ் சத்தம் போட்டு அறிவித்தார். காலனியாதிக்க, முதலாளித்துவ கனவுகளைச் சுமந்துகொண்டு யாரும் லத்தீன் அமெரிக்காவுக்குள் நுழைய வேண்டாம், மீறினால் முட்டியைப் பெயர்த்துவிடுவோம்!' என்று எச்சரித்தார்.

அர்ஜென்டினா, பிரேசில் என்று தென் அமெரிக்க நாடுகள் ஒன்றன்பின் ஒன்றாக சாவேஸுக்குப் பின்னால் அணி திரள ஆரம்பித்தன. வெனிசுலாவின் தலைவர் என்பதைத் தாண்டி, லத்தீன் அமெரிக்காவின் தலைவராக அவர் வளரத் தொடங்கி இருப்பதையே இந்தச் சம்பவங்கள் உறுதிப்படுத்துகின்றன.

●

நான்ஸியுடனான சாவேஸின் திருமண வாழ்க்கை பதினெட்டு ஆண்டுகள் நீடித்தன. 1992-ல் இவர்கள் பிரிந்துவிட்டனர். சாவேஸுக்கு மொத்தம் மூன்று குழந்தைகள். ரோஸா விர்ஜீனியா, மரியா காப்ரீலா

மற்றும் ஹியூகோ ரஃபேல். சாவேஸின் இரண்டாவது மனைவியின் பெயர், மரிஸாபெல் (Marisabel). இவர் ஒரு பத்திரிகையாளர்.

●

ஒரு இன்ச் உற்சாகம் கூட குறையாமல் இயங்கிக் கொண்டிருக்கிறார் சாவேஸ்.

'எல்லா முக்கியச் செய்திகளையும் என்னிடம் கொண்டு வாருங்கள், எதையும் விட்டுவிடவேண்டாம்' - சாவேஸ் தனது உதவியாளர்களிடம் அடிக்கடி கூறும் வாசகம் இது. வெனிசுலாவின் ஒவ்வொரு மூலை யிலும் அன்றாடம் என்னென்ன நடக்கிறது என்று அவருக்குத் தெரிந்தாக வேண்டும். செய்தித் தாள்கள் தரும் செய்திகள் அவருக்குப் போதாது. ராணுவ அதிகாரிகளைச் சென்று பார்ப்பார். 'பிறகு, என்ன நடக்கிறது?' இப்படி ஒரு கேள்வியைக் கேட்பார். அவர்கள் சொல்லும் பதிலை கவனமாகக் கேட்பார். விமானப்படை ஜெனரலிடம் பேசுவார். பிறகு படை வீரரிடம். பிறகு அரசாங்க கடை நிலை ஊழியரிடம்.

உயர் அதிகாரிகளும் உதவியாளர்களும் பல சமயங்களில் பல விஷயங் களை சொல்லாமல் மறைத்துவிடுவதுண்டு. அரசாங்கத்தின் மீது ஏதோ ஒரு சாராருக்கு அதிருப்தி என்றால், அதை சாவேஸிடம் சொல்லாமல் மறைத்துவிடுவார்கள். எதற்கு இதையெல்லாம் சொல்லி அவர் மனத்தை நோகடிக்கவேண்டும் என்று நினைத்து சும்மா இருந்துவிடு வார்கள். சாவேஸுக்கு இது தெரியும். அரசாங்கக் கோப்புகளை வாசிப்பார். உயர் அதிகாரிகள் கொண்டுவரும் செய்திகளை கேட்பார். அவர்களது அறிக்கைகளை வாசிப்பார். 'நாடு சுபிட்சமாக இருக்கிறது. எந்தப் பிரச்னையும் இல்லை. எல்லோரும் உங்களைப் புகழ்கிறார்கள்!' என்று சொன்னால் கேட்டுக்கொள்வார்.

பிறகு, அலுவலகத்தை விட்டு வெளியே வந்து வேடிக்கை பார்த்துக் கொண்டே, தெருவில் இறங்கி நடப்பார். எதிரில் வருபவரை நிறுத்தி நலம் விசாரிப்பார். 'அப்புறம், என்ன நடக்கிறது உங்கள் பகுதியில்?' இது ஒரு கொக்கிக் கேள்வி. குறைகள், விண்ணப்பங்கள் என்று நிறைய சங்கதிகள் வெளியில் வரும். எல்லாவற்றையும் கேட்டுக்கொள்வார். பிறகு சிறிது தூரம் நடந்து மற்றொரு நபரிடம் பேச்சுக் கொடுப்பார்.

செய்தித்தாள்களைப் பிரித்தால்கூட அவர் முதலில் படிப்பது மக்கள் கருத்துகள், ஆசிரியருக்குக் கடிதங்கள் மற்றும் தேச பிரச்னைகளை முன்வைத்து எழுதப்பட்ட கட்டுரைகள். பிறகு, பத்திரிகையில் தலை யங்கங்கள். திட்டி எழுதியிருந்தாலும் சரி, பாராட்டி எழுதியிருந்தாலும் சரி, உடனே படித்து முடித்துவிடுவார்.

Inspectra என்று ஒரு தனிப் பிரிவை சாவேஸ் உருவாக்கினார். ராணுவத் தினர், பொது மக்கள் என்று பலர் இந்தப் பிரிவில் பணிபுரிகிறார்கள். இவர்களுடைய வேலை என்ன தெரியுமா? சாவேஸ் குறிப்பிடும் பகுதிகளுக்குப் போக வேண்டும். அங்குள்ள நிலைமையை ஆராய வேண்டும். ரகசியமாகப் புகைப்படம் எடுக்கவேண்டும். திரும்ப வந்து, சாவேஸிடம் தான் கேட்ட, பார்த்த விவரங்களைச் சொல்லவேண்டும். கிட்டத்தட்ட ஓர் உளவு நிறுவனம் போன்றது இது.

ஒவ்வொரு நாளும் சாவேஸுக்கு வந்து சேரும் கடிதங்களின் எண்ணிக்கை சொல்லி மாளாது. பொது மக்கள் யார் வேண்டு மானாலும் அவருக்குக் கடிதம் எழுதலாம். தங்களுக்குத் தெரிந்த விஷயங்களைப் பகிர்ந்துகொள்ளலாம். அவர்களுடைய தேவைகளைத் தெரிவிக்கலாம். பெரும்பாலும், எல்லா கடிதங்களையும் அவரே உட்கார்ந்து வாசிப்பது வழக்கம். நேரம் இல்லை என்றால் உதவி யாளரிடம் சொல்லி படித்துக்காட்டச் சொல்வார். சம்பந்தப்பட்ட அதிகாரிகளை அழைத்து அவர்களிடம் பேசுவார்.

•

'அமெரிக்கர்கள் மீது எனக்கு எந்தவிதமான வெறுப்பும் கிடையாது. நான் எதிர்ப்பது அமெரிக்காவின் காலனியாதிக்க மனோபாவத்தைத் தான்' என்கிறார் சாவேஸ்.

'மூன்று வேளை உணவு முழுவதுமாகக் கிடைக்காமல், எத்தனையோ அமெரிக்கர்கள் சிரமப்பட்டுக் கொண்டிருக்கிறார்கள். மருத்துவ வசதி எல்லோருக்கும் இன்னும் கிடைத்துவிடவில்லை. எத்தனையோ ஏழைகள் - இருக்க வீடில்லாமல் அலைந்து கொண்டிருக்கிறார்கள். இத்தனை இருக்க, 500 பில்லியன் டாலரை ஆயுதங்கள் வாங்க புஷ் செலவிடுகிறார். அவரைக் குறை சொல்லாமல் என்ன செய்ய சொல் கிறீர்கள்? இந்தப் பணத்தை மிச்சம் பிடித்தால், அமெரிக்கா மட்டுமல்ல ஆப்பிரிக்காவில் உள்ள அத்தனை ஏழைகளும் மறுவாழ்வு பெற முடியும்.'

•

எல்லா நாட்டுப் பிரதிநிதிகளும் கலந்துகொண்ட ஒரு மீட்டிங்கில் ஒரு தென் அமெரிக்க அதிபர் இப்படி ஒரு கேள்வியை எழுப்பினார்.

'உலக வங்கியை எடுத்துக்கொள்ளுங்கள். சர்வதேச நிதி அமைப்பை (IMF) எடுத்துக் கொள்ளுங்கள். மேம்பாலம் கட்டுவதற்கும் சாலை போடுவதற்கும் தொழிற்சாலைகள் கட்டுவதற்கும் அவர்கள் நமக்குப் பல உதவிகளைச் செய்கிறார்கள். ஆனால் இவை எல்லாமே கடனாகத் தான் வழங்கப்படுகின்றன. ஆனால் இதே அமைப்புகள் நன்கு

முன்னேறிய ஒரு நாட்டுக்கு இதே உதவியைச் செய்யும்போது கடனாக அல்லாமல் ஓர் உதவியாக மட்டுமே செய்கிறது. வளரும் நாடுகளைச் சேர்ந்த நமக்கு, அதிக வட்டியில் கடன். வளர்ந்து நிற்கும் நாடுகளுக்கு வட்டியில்லாத உதவி. இது ஏன்?'

மிகவும் சிந்திக்கத்தக்க ஒரு கேள்வி என்று எல்லோரும் புருவம் உயர்த்தினர். ஒருவரும் ஒரு வார்த்தையும் பேசவில்லை. ஓர் அர்த்த முள்ள கேள்வியைக் கேட்டுவிட்ட திருப்தியில் தன் இருக்கையில் அமர்ந்துகொண்டார் அவர்.

சாவேஸ் எழுந்தார்.

'நம்மிடம் மட்டும் ஏன் அவர்கள் அப்படி நடந்துகொள்கிறார்கள் என்று என்றைக்காவது நீங்கள் சிந்தித்துப் பார்த்திருக்கிறீர்களா? நம் யாருக்கும் தைரியமில்லை. நமக்கு முடிவுகள் எடுக்கத் தெரியவில்லை. நம்மால் சொந்தக் காலில் நிற்க முடிவதில்லை. நாம் செய்யவேண்டியது என்ன தெரியுமா? மக்களிடம் செல்லவேண்டும். மக்களின் தேவைகளைத் துல்லியமாக உணர வேண்டும். அப்படிச் செய்தால் உலகையே நம்மால் மாற்றியமைக்க முடியும்.

நாம் அப்படிச் செய்கிறோமா? கிடையாது. வெளிநாடுகளுக்குச் சென்று அதிகாரிகளுடன் நின்று ஃபோட்டோ எடுத்துக் கொள்கிறோம். அவர்களை எதிர்த்து நிற்க, கேள்வி கேட்க திராணியற்று இருக்கிறோம். ஒரு குழுவாக நாம் அனைவரும் ஒன்றுசேர்ந்து நிற்காவிட்டால், நம்மால் தனித்தனியே வளர முடியாது!'

●

2005-ல் அமெரிக்காவை காட்ரீனா தாக்கியபோது, அமெரிக்காவுக்கு ஆதரவுக் கரம் நீட்டிய முதல் நாடு வெனிசுலா. ஆனால், சாவேஸின் உதவியை புஷ் நிராகரித்துவிட்டது தனி விஷயம்.

ஜூன் 2006-ல் நடைபெற்ற OPEC மாநாட்டில் எண்ணெய் உற்பத்தியைக் குறைக்கச் சொல்லி கேட்டுக்கொண்ட ஒரே நாடு வெனிசுலாதான். உற்பத்தியைக் குறைத்துக்கொண்டால்தான் சர்வதேசச் சந்தையில் எண்ணெயின் விலை உயரும் என்றார். இந்தியா, அர்ஜென்டினா, பிரேஸில், சீனா போன்ற நாடுகளுடன் எண்ணெய் தொடர்பாக வர்த்தக உடன்படிக்கைகள் செய்துள்ளார். PDVSA-வை மெல்ல மெல்ல நகர்த்தி அரசாங்கத்துக்குப் பக்கத்தில் கொண்டுவந்து விட்டார்.

2005-ல் அந்நிய முதலீடு 2.5 பில்லியன் டாலராக உயர்ந்தது. பெரிய எண்ணெய் நிறுவனங்களிடமிருந்து அதிக அளவில் வரி வசூலிக்கப்

பட்டது. சாவேஸ் ஆட்சியில் அமர்ந்தபோது இருந்த எண்ணெயின் விலையைவிட, ஆறு மடங்கு உயர்ந்தது.

டிசம்பர் 2006-ல் நடைபெற்ற அதிபர் தேர்தலில், மூன்றாவது முறையாக சாவேஸுக்கு மாபெரும் வெற்றி கிடைத்திருக்கிறது.

சாவேஸுக்கு எதிராகப் போட்டியிட்ட மாநில ஆளுநர் மானுவேல் ரோஸலிஸுக்குக் கிடைத்த வாக்கு 38 சதவிகிதம். சாவேஸுக்குக் கிடைத்தது 61 சதவிகிதம்.

தெருக்களில் பட்டாசு வெடித்துக்கொண்டே, பாடிக்கொண்டும் ஆடிக் கொண்டும் உற்சாகத்துடன் இந்த வெற்றியைக் கொண்டாடினார்கள் வெனிசுலா மக்கள்.

அதிபர் மாளிகை முன்பு, ஆயிரக்கணக்கானவர்கள் பெரும் கூட்டமாகத் திரண்டனர். பால்கனியில் நின்று உற்சாகத்துடன் கையசைத்த சாவேஸ், மக்களிடம் பேசினார்.

'வெனிசுலா சிவப்பாகி விட்டது. வெனிசுலா மக்கள் 21-ம் நூற்றாண்டு சோஷலிசத்துக்கு, ஜனநாயக சோஷலிசம் என்னும் புதிய சகாப்தத்துக்கு வாக்களித்திருக்கிறார்கள். புரட்சிகர ஜனநாயகத்தின் வளர்ச்சிக்கு அவர்கள் வாக்களித்திருக்கிறார்கள்.

உலகில் ஆதிக்கம் செலுத்த விரும்பும் தீய சக்திக்கு, அதாவது புஷ் அரசுக்குக் கிடைத்த மற்றொரு பெருந்தோல்வி இது.

ஒரு புதிய சகாப்தம் தொடங்கிவிட்டது.'

பிற்சேர்க்கை – 1

வெனிசூலா காலவரிசை

1498 - 99 கொலம்பஸ் வெனிசூலாவுக்குள் காலடி எடுத்து வைக்கிறார்.

1521 ஸ்பெயினின் காலனியாதிக்கம் தொடங்குகிறது. வடக்கு மற்றும் கிழக்கு வெனிசூலா ஸ்பெயினின் கட்டுப்பாட்டின் கீழ் வருகின்றன.

1749 ஸ்பெயினின் காலனியாதிக்கத்துக்கு எதிரான முதல் போர் தொடுக்கப்படுகிறது.

1810 நெப்போலியன் வருகை. இதைச் சாக்காகக் கொண்டு, வெனிசூலர்கள் போராட்டத்தில் குதித்து ஸ்பெயினிட மிருந்து வெனிசூலாவை விடுவிக்கிறார்கள்.

1811 சுதந்தர நாடாக அறிவிக்கப்படுகிறது.

1829-30 கொலம்பியா, ஈக்குபெடார், வெனிசூலா மூன்றும் சேர்ந்து கிரான் கொலம்பியாவாக (Gran Columbia) மாறுகிறது. மீண்டும் விடுதலைப் போர். மீண்டும் சுதந்தரம் அடை கிறது. வெனிசூலாவின் தலைநகரமாக காரகாஸ் மாறுகிறது.

1870 - 88 பிற நாடுகளிடமிருந்து உதவி பெறுகிறார் ஆண்டோனியோ குஸ்மன் பிளாங்கோ (Antonio Guzman Blanco). தொழிற் சாலைகள் அமைக்கப்படுகின்றன. விவசாயமும், கல்வியும் வளர்ச்சி பெறுகின்றன.

1902 வெளிநாட்டுக் கடனைத் திருப்பித்தர முடியாமல் வெனிசூலா தத்தளிக்கிறது. பிரிட்டன், இத்தாலி மற்றும் ஜெர்மன் மூன்றும் வெனிசூலாவின் துறைமுகத்தை முற்றுகையிடு கின்றன.

1908 - 35   உலகின் மிகப் பெரிய எண்ணெய் ஏற்றுமதி நாடாக வெனிசூலா மாறுகிறது.

1947 - 48   அதிபர் ரோமுலோ காலிஜோஸின் (Romulo Gallegos) ஆட்சி ராணுவத்தால் கவிழ்க்கப்படுகிறது. ஜனநாயக ரீதியாக தேர்ந்தெடுக்கப்பட்ட முதல் அதிபர் இவர். மார்கோஸ் ஃபெரேஸ் ஜிமினேஸ் (Marcos Perez Jimenez) ஆட்சி அமைக்கிறார். இவருக்குப் பக்கபலமாக அமெரிக்கா.

1958   மார்கோஸ் ஆட்சிக் கவிழ்ப்பு. ரோமுலோ பெடன்கோர்ட் (Romulo Betancourt) அதிபராக பொறுப்பேற்கிறார். இவர் ஒரு இடதுசாரி சிந்தனையாளர். Democratic Action Party (AD)யைச் சார்ந்தவர்.

1964   ராவுல் லியோனி (Raul Leoni) அதிபராகப் பொறுப் பேற்கிறார்.

1973   எண்ணெய் ஏற்றுமதியால் வெனிசூலாவின் வருவாய் பன்மடங்கு அதிகரிக்கிறது.

1983 - 84   எண்ணெய் விலை வீழ்ச்சியடைகிறது. Jaime Lusinchi அதிபராகப் பொறுப்பேற்றுக்கொள்கிறார். இவரும் AD கட்சியைச் சார்ந்தவர்.

1989   கார்லோஸ் ஆன்டிரேஸ் ஃபெரேஸ் (Carlos Andres Perez) அதிபராகத் தேர்ந்தெடுக்கப்படுகிறார். IMF கடனுதவி அளிக்கிறது. உள்நாட்டுப் பிரச்னை வெடிக்கிறது.

1992   ஹியூகோ சாவேஸின் முதல் தாக்குதல் முயற்சி தோல்வி யடைகிறது. இரண்டு ஆண்டுகள் சிறையில் அடைக்கப் படுகிறார்.

1993 - 95   ஃபெரேஸ் வெளியேற்றப்படுகிறார். ரஃபேல் கால்டேரா (Rafael Caldera) அதிபராக தேர்ந்தெடுக்கப்படுகிறார்.

1998   சாவேஸ் அதிபராகத் தேர்ந்தெடுக்கப்படுகிறார்.

1999   வடக்கு வெனிசூலா, பெரும் நிலச்சரிவையும் புயலையும் சந்திக்கிறது. ஆயிரக்கணக்கான மக்கள் மடிகிறார்கள்.

2000   மீண்டும் அதிபராக சாவேஸ் தேர்ந்தெடுக்கப்படுகிறார். சீர் திருத்தப் பணிகள் வெனிசூலாவை வளப்படுத்துகின்றன.

2002   தொழிற்சங்கங்களும், PDVSA-வும் வேலை நிறுத்தத்தில் ஈடுபடுகின்றன. சாவேஸ் ராஜினாமா செய்துவிட்டார் என்று அறிவிக்கப்படுகிறது. பெட்ரோ கார்மோனா (Pedro

Carmona) அதிபராக மாறுகிறார். சாவேஸ் அவரை வீழ்த்திவிட்டு மீண்டும் ஆட்சியில் அமர்கிறார்.

2004 வாக்கெடுப்பில் சாவேஸ் வெற்றிபெறுகிறார்.

2005 நிலச் சீர்திருத்தம் தொடர்கிறது. தரிசு நிலங்கள், பெரும் உடைமைகள் அரசுடைமையாக்கப்பட்டன.

2006 போர் விமானங்களையும் ஹெலிகாப்டர்களையும் வாங்க, ரஷ்யாவுடன் மூன்று பில்லியன் டாலருக்கு ஒப்பந்தம் கையெழுத்தாகிறது. பெரும் சர்ச்சையைக் கிளப்பிய ஐ.நா. சபை உரை.

பிற்சேர்க்கை – 2

உதவிய நூல்கள் மற்றும் இணையத்தளங்கள்

நூல்கள் :

1) Understanding the Venezuelan Revolution: Hugo Chavez talks to Marta Harnecker, Translated by Chesa Boudin, Daanish Books, New Delhi.

2) Inside South America, John Gunther, Pocket Books.

3) A Short History of the United States, Allen Nevins and Henry Steele Commager (Scientific Book Agency)

இணையத்தளங்கள் :

Power Struggle

http://www.pbs.org/newshour/bb/latin_america/jan-june03/venezuela_1-17.html

Return to Power

http://www.pbs.org/newshour/bb/latin_america/jan-june02/venezuela_4-15.html

Venezuela coup linked to Bush team

http://observer.guardian.co.uk/international/story/0,6903,688071,00.html

Alleged coup leaders land in South Florida

http://www.sptimes.com/2002/04/24/Worldandnation/Alleged_coup_leaders_.shtml

FBI and CIA identified as helping Plan Venezuelan Prosecutor's Murder

http://www.venezuelanalysis.com/news.php?newsno=1809

Lessons of the April Coup

http://www.zmag.org/content/Venezuela/harneckerchavez2.cfm

American navy 'helped Venezuelan coup'

http://www.guardian.co.uk/international/story/0,3604,706802,00.html

A Review of U.S. Policy Toward Venezuela November 2001 to April 2002

http://oig.state.gov/documents/organization/13682.pdf

The proof is in the documents: The CIA was involved in the coup against Venezuelan President Chavez

http://venezuelafoia.info/english.html#cia

US Launches $80 Million Pro-Democracy Effort for Cuba

http://www.voanews.com/english/archive/2006-07/voa-2006-07-102.cfm?CFID=1978681&CFTOKEN=11270961

Evo presidente! By John Ross

http://www.sfbg.com/40/16/news_presidente.html

Winds of change in Latin America

http://www.twnside.org.sg/title2/gtrends102.htm

A Brief History of United States Interventions, 1945 to the Present by William Blum

http://www.zmag.org/ZMag/articles/blum.htm

Venezuela's Oil Giveaway

http://www.time.com/time/nation/article/0,8599,1157172,00.html

Tavis Smiley: Interview with Hugo Chavez

http://auto_sol.tao.ca/node/view/2325

Chavez denies being anti-US

http://english.aljazeera.net/news/archive/archive?ArchiveId=36540

Plenary session of the special summit of the Americas

http://www.venenews.net/hugo-chavez+oas-special-summit-americas+monterrey-speech.html

Hugo Chavez : A New Castro? by George Gedda

http://www.afsa.org/fsj/may05/gedda.pdf

Chavez rises from very peculiar coup

http://www.guardian.co.uk/international/story/0,,684563,00.html

100 Good Reasons Not to Believe Venezuela's Chavez

http://www.analitica.com/va/ttim/international/4969131.asp

Building a democratic, humanist socialism

http://www.zmag.org/content/showarticle.cfm?SectionID=40&ItemID=7396

Health and Neoliberalism : Venezuela and Cuba

http://www.ipsonet.org/papers/gws.pdf

Hugo Chavez and the Future of Cuba

http://www.spiegel.de/international/0,1518,430738,00.html

Timeline: Venezuela

http://newsvote.bbc.co.uk/mpapps/pagetools/email/news.bbc.co.uk/2/
hi/americas/country_profiles/1229348.stm

Hugo Chavez vs. America

http://www.cbn.com/cbnnews/news/050531a.aspx

Chavez's speech at the United Nations

http://www.handsoffvenezuela.org/chavez_speech_united_nations.htm

Encounters with Hugo Chavez By Alan Woods

http://www.marxist.com/Latinam/encounters_with_hugo_chavez.html

Latin America - the Balkanised Continent

http://www.marxist.com/latin-america-balkanised-continent.htm

The Venezuelan Revolution and the struggle for socialism

http://www.marxist.com/venezuelan-perspectives-economy060706.htm

Venezuela: Eyewitness report from the heart of the revolution

http://www.handsoffvenezuela.org/
venezuela_eyewitness_report070905.htm

While Bush prevaricates, Venezuela offers help to US poor

http://www.marxist.com/venezuela-hurricane-bush020905.htm

In Venezuela, Oil Sows Emancipation

http://www.venezuelanalysis.com/articles.php?artno=1694